கச்சத்தீவு

தமிழக மீனவர்களின் தன்னுரிமைப் போராட்டம்

■ ஆர். முத்துக்குமார்

சிக்ஸ்த்சென்ஸ் பப்ளிகேஷன்ஸ்
10/2 (8/2) போலீஸ் குவார்ட்டர்ஸ் சாலை
(தியாகராயநகர் பேருந்து நிலையத்திற்கும்
காவல் நிலையத்திற்கும் இடைப்பட்ட சாலை)
தியாகராயநகர் சென்னை – 600 017
தொலைபேசி : 2434 2771, 2986 0070
கைபேசி : 7200050073

Kachchatheevu
by **R. Muthukumar**
Address:
Sixthsense Publications
10/2(8/2) Police Quarters Road,
(Between Thiyagaraya Nagar Bus Stop & Police Station)
Thiyagaya Nagar, Chennai - 17
Phone: 24342771, 29860070
Cell: 72000 50073

Sixthsense Publications

6 th sense_karthi
e-mail : sixthsensepub@yahoo.com
Website: www.sixthsensepublications.com

Edition:
First   : July, 2013
Second   : October, 2013
Third   : November, 2014
Fourth   : November, 2024

No part of this book may be reproduced or transmitted in any form without permission in writing from the author and publisher

Pages: **168**
Price: **Rs. 266**

Publisher
K.S. Pugalendi

Editor
R. Muthukumar

Managing Editor
P. Karthikeyan

Layout
M.Magesh
S. Nisha

இந்தப் புத்தகத்திலுள்ள எந்த ஒரு பகுதியையும் பதிப்பாளர் மற்றும் ஆசிரியரின் அனுமதியை எழுத்து மூலம் பெறாமல் பதிப்பிக்கக் கூடாது

J187

A4

ISBN : 978-93-82577-62-1

கச்சத்தீவு
ஆர்.முத்துக்குமார்

முதற்பதிப்பு   : ஜூலை, 2013
இரண்டாம் பதிப்பு : அக்டோபர், 2013
மூன்றாம் பதிப்பு : நவம்பர், 2014
நான்காம் பதிப்பு : நவம்பர், 2024

பக்கங்கள் : **168**

விலை : **ரூ. 266**

உரிமை: ©ஆர். முத்துக்குமார்

சிக்ஸ்த்சென்ஸ் பப்ளிகேஷன்ஸ்
10/2 (8/2) போலீஸ் குவார்ட்டர்ஸ் சாலை
(தியாகராயநகர் பேருந்து நிலையத்திற்கும் காவல் நிலையத்திற்கும் இடைப்பட்ட சாலை)
தியாகராயநகர், சென்னை– 600 017
தொலைபேசி : 24342771, 29860070
கைபேசி : **72**000 50**73**

மின்னஞ்சல்
sixthsensepub@yahoo.com

பதிப்புரை

கச்சத்தீவு - தமிழக மீனவர்களின் தன்னுரிமை சம்பந்தப்பட்ட பிரச்னை மட்டுமன்று. தமிழர்களின் தன்மானப் பிரச்னையும் கூட.

எப்போதெல்லால் நடுக்கடலில் தமிழக மீனவன் சுட்டுக்கொல்லப்படுகிறானோ, அப்பொதெல்லாம் 'கச்சத்தீவை மீட்கவேண்டும்' என்ற குரல் உரத்து எழுப்புவார்கள் தமிழகத்து அரசியல்வாதிகள். அதன்பிறகு அடுத்த பிணம் விழும் வரை அமைதியாக இருந்துவிடுவார்கள். நாற்பது ஆண்டுகாலமாக நடந்துவரும் சடங்கு இது.

உண்மையில் இந்தப் பிரச்னையின் ஆரம்பப்புள்ளி என்பது இந்திரா காந்தியின் காலத்தில் வைக்கப்பட்டது என்கிறார்கள். உண்மை அதுவல்ல. சுதந்தரம் அடைவதற்கு முன்பே கச்சத்தீவு சர்ச்சைக்குக் கால்கோள்விழா நடத்தப்பட்டுவிட்டது. அதன் தொடர்ச்சியே, இன்று தமிழக மீனவர்கள் அனுபவித்து வருகின்ற கொடுமைகள் அனைத்தும்.

இந்தியாவை ஆண்ட அதே பிரிட்டிஷ்காரர்கள்தான் இலங்கையையும் ஆண்டனர். அவர்கள் ஆட்சியின்போதே இருநாட்டு மீனவர்களுக்கும் இடையே சின்னதும் பெரியதுமாக பிரச்னைகள் வரத் தொடங்கிவிட்டன. பரஸ்பரம் உருவாகியிருக்கும் பிரச்னைகளைப் பேசித் தீர்த்துக்கொள்ள இரண்டு நாட்டினரின் ஒப்புதலுடன் 24, அக்டோபர் 1921 அன்று அதிகாரப்பூர்வமான முதல் நேரடிப் பேச்சு வார்த்தை நடந்தது. அன்றைய தினம்தான் கச்சத்தீவை இலங்கை முதன்முறையாக சொந்தம் கொண்டாடிய தினம்.

அப்போது இந்தியத் தரப்பில் காட்டப்பட்ட மெத்தனமும், இலங்கை தரப்பினர் கடைபிடித்த ராஜதந்திர அணுகுமுறையும் எதிர்காலத் தமிழக மீனவர்களின் தலையில் இடியாக வந்து இறங்கப்போகிறது என்பதை அப்போது யாரும் ஊகித்திருக்கமாட்டார்கள். சுதந்தரத்துக்குப் பிறகு ஆட்சியில் அமர்ந்த நம்மவர்களும், கச்சத்தீவு

விவகாரத்தில் சாமர்த்தியமாக நடந்துகொள்ளவில்லை என்பது தமிழ்நாட்டின் சாபம்தான்.

இந்தப் பிரச்சனையின் முக்கியமானதொரு கட்டத்தில், 'என்னிடம் போதுமான தகவல்கள் இல்லை. குறிப்பேடுகளை ஆராய்ந்து கொண்டிருக்கிறோம்' என்று விட்டேத்தியாகப் பதிலளித்த மனிதருள் மாணிக்கத்தில் தொடங்கி, 2012 பிப்ரவரியில் அரபிக்கடலில் மீன் பிடித்துக் கொண்டிருந்த கேரள மீனவர்கள் இருவரைச் சுட்டுக்கொன்ற இத்தாலிய கடற்படை வீரர்கள் விஷயத்தில் கண்டிப்புக் காட்டிய மன்மோகன் சிங் வரை யாருக்கும் தமிழக மீனவர்களின் மேல் பச்சாதாபம் பிறக்காதது ஏனென்று தெரியவில்லை.

அப்பா நேரு சொன்னார் 1956 ல் தன் கைவசம் தகவல் இல்லையென்று. மகள் இந்திராவும் அதே பதிலைத்தான் 1968ல், அதாவது 12 ஆண்டுகள் கழித்துச் சொன்னார். இடைப்பட்ட பன்னிரண்டு ஆண்டுகளில் இந்தியாவில் அரசு எந்திரம் என்ற ஒன்று இயங்கியதா, இல்லையா என்றே சந்தேகம் வருகிறது. ஒருவேளை, அந்த எந்திரம் தமிழர்கள் விஷயத்தில் மட்டும் செயலற்றுப் போயிருந்ததோ என்னவோ!

எல்லாவற்றுக்கும் சிகரம் வைத்தாற்போல் இந்திராகாந்தியின் அரசால் 1974 ஆம் ஆண்டு போடப்பட்ட பாக் நீர்ச் சந்திப்பு ஒப்பந்தம் தெளிவில்லாததாகவும் பூடகமான வார்த்தைகள் அடங்கியதாகவும் தயாரிக்கப்பட்டு, எரியும் தீயில் ஏராளமான எண்ணெயை ஊற்றுவதாகவும், கச்சத்தீவைத் தாரை வார்த்துக் கொடுப்பதாகவும் அமைந்தது. பிறகு 1976ல் தமிழக மீனவர்களின் உரிமைகள் அனைத்தையும் முழுமையாக காவு கொடுப்பது இன்னொரு ஒப்பந்தத்தின் மூலம் உறுதிசெய்யப்பட்டது. நெருக்கடி நிலைமை அமலில் இருந்த காரணத்தால் இதை எதிர்த்து நீதிமன்றத்தை அணுக யாரும் முன்வரவில்லை.

இப்படியாக, மத்தியிலிருந்த அரசுகள் கச்சத்தீவு விவகாரத்தை, ஒரு மாநிலத்தைப் பாதித்துக் கொண்டிருக்கும் பிரச்னையாகப் பார்க்காமல், ஒரு ராஜீய உறவு குறித்த பிரச்னையாகவே பார்த்தன. அதன் காரணமாகவே மாநில அரசுகளும் அரசியல் கட்சிகளும் எழுப்பிய குரல்களை எல்லாம் அலட்சியம் செய்தன. புறக்கணித்தன. கச்சத்தீவு விவகாரத்தில் எந்தவொரு முடிவையும் எடுக்காமல் கிடப்பில் போட்டுவிட்டு, மௌனம் காத்தன. விளைவு, கச்சத்தீவு விவகாரம் நாளுக்கு நாள் விரிவடைந்துகொண்டே சென்றது.

கிழக்கு பாகிஸ்தானைப் பிரித்து வங்காள தேசமாக்கியது இந்தியா. அதன் காரணமாக தெற்கு ஆசியப் பகுதியில் செல்வாக்குப் பெற்று விளங்கியது. அந்தச் செல்வாக்கைத் தக்கவைத்துக்கொள்ள பாகிஸ்தான், இலங்கை உள்ளிட்ட அண்டை நாடுகளுடன் நட்பு பாராட்ட வேண்டிய அவசியம் அதற்கு ஏற்பட்டது.

அதனால் சம்பந்தப்பட்ட அண்டை நாடுகளுடன் கொஞ்சம் நீக்குப் போக்காக நடந்து கொள்வது என்று முடிவெடுத்த இந்திரா, இலங்கை விஷயத்தில் தாராளப் போக்கை பின்பற்றத் தயாராகிவிட்டார். இவருடைய எண்ணத்தை அறிந்துகொண்ட சிறிமாவோ பண்டாரநாயக வலையை வீசிப்பார்த்தார். கைமேல் பலன் கிடைத்தது. இந்தி - சீனா பாய்பாய் என்ற கோஷத்துடன் பஞ்ச தந்திரக் கொள்கையை பின்பற்றுகிறேன் பேர் வழி என்று சீனாவிடம் ஏமாந்து, பல சதுர கிமீ. பரப்பை இழந்த நேருவின் மகளான அவரிடம் வேறு எதை எதிர்பார்க்க முடியும் . 1973 ஏப்ரல் மாதத்தில் இலங்கை சென்ற இந்திராகாந்தி, கச்சத்தீவு வெறும் பாறை, அவ்வளவு முக்கியத்துவம் வாய்ந்த பகுதியல்ல என்றது கச்சத்தீவை இலங்கைக்குத் தாரை வார்க்க அவர் தயாராகிவிட்டதற்கான ஒரு சமிக்ஞை.

கேந்திர, ராணுவ, பொருளாதார முக்கியத்துவம் வாய்ந்த கச்சத்தீவின் முக்கியத்துவம் தெரியாதவரல்ல இந்திரா காந்தி. ஆனால் ராஜீய, பொருளாதார, கலாச்சார ரீதியில் அண்டை நாடுகளின் நெருக்கம் ஏற்படுத்திக் கொள்ள இதுதான் சரியான அணுகுமுறை என்ற அவரது சிந்தனை ஓட்டத்தின் விளைவாக பல்வேறு வரலாற்று ஆவணங்கள் நமக்குச் சாதகமாக இருந்தும், டச்சு, போர்ச்சுக்கீசிய மன்னர்கள் காலத்து வரைபட சாட்சியங்கள் இருந்தும், எல்லாவற்றிற்கும் மேலாக 1954 ல் இலங்கையே வெளியிட்ட வரைபடத்திலேயே கூட இல்லாத கச்சத்தீவை, இலங்கைக்குத் தாரை வார்த்துக் கொடுத்ததன் மூலம் தமிழக மீனவர்களைக் கண்ணீர்க் கடலில் தள்ளிய மாபெரும் தவறைச் செய்து விட்டார் இந்திரா காந்தி.

தமிழகத்திலுள்ள ஏதாவது ஒரு திராவிடக் கட்சியின் தயவுடன்தான் ஆட்சிக் காலத்தை ஓட்ட முடியும் என்பதுதான் மத்தியில் ஆட்சி செலுத்துபவர்களின் நிலை. அப்படியிருந்தும் நம் திராவிடக் கட்சிகளால் கச்சத்தீவுப் பிரச்சனைக்கு ஒரு நியாயமான தீர்வைக் காண முடியவில்லை என்பதுதான் மாபெரும் சோகம்.

மீன்பிடி தொழிலில் ஈடுபட்டிருக்கும் உலக நாடுகள் எல்லாவற்றிலுமே எல்லை தாண்டும் பிரச்னைகள் இருக்கின்றன என்பது உண்மைதான். அது தவிர்க்க முடியாததும் கூட. ஒரு நாட்டின் மீனவர்கள் அண்டை நாட்டின் கடல் எல்லைக்குள் சென்று மீன் பிடிக்கும்போது தடுத்து நிறுத்தப்படுவதும், சோதனையிடப்படுவதும், அவர்களது ஆவணங்கள் பரிசோதிக்கப்படுவதும், சட்ட விரோதமான காரியங்களில் ஈடுபட முனைந்தார்கள் என்று விசாரணையில் தெரிந்தால் நிலைமைக்குத் தகுந்தவாறு அவர்கள் கைது செய்யப்படுவதும் அபராதம் விதிக்கப்படுவதும் எச்சரித்து அனுப்பப்படுவதும் வாடிக்கையாக நடைபெறும் சம்பங்கள்தான்.

சற்றேறக்குறைய முக்கால் நூற்றாண்டு காலமாக நம்மிடம் பகைமை பாராட்டி வரும் பாகிஸ்தான் கூட இந்த விஷயத்தில் நாகரீகமான

நடைமுறைகளைத்தான் இதுகாறும் பின்பற்றி வந்திருக்கிறது. 'எல்லை தாண்டி வந்தார் என்று சொல்லி, ஒரு இந்திய மீனவரைக்கூட பாகிஸ்தான் ராணுவமோ, கடற்படையோ சுட்டதாகப் பதிவுகள் இல்லை. ஆனால் இலங்கைக் கடற்படையால் சுட்டுக்கொல்லப்பட்ட தமிழக மீனவர்களின் எண்ணிக்கை அறுநூறைத் தாண்டுவதாகச் சொல்கின்றன ஆவணங்கள்.

இந்தப் புத்தகம் கச்சத்தீவின் அரசியலை வெளிச்சம் போட்டுக் காட்டும் ஆவணம் என்று சொன்னால் மிகையாகாது. நம் தேசத்தின் தலைமைப் பதவியில் இருந்த அரசியல் தலைவர்கள் அரசியல் ஆதாயங்களுக்காகவோ, தங்கள் இயலாமை காரணமாகவோ, தொலைநோக்குச் சிந்தனையில்லாமல் இருந்ததாலோ, 'எங்களிடம் சரியான தகவல்கள் இல்லை' என்று வெட்கமில்லாமல் பதிலளித்தார்கள். ஆனால் கச்சத்தீவு குறித்து எழுப்பப்படும் எல்லாக் கேள்விகளுக்கும் விடை இருக்கிறது என்பதை இந்தப் புத்தகம் அழுத்தமாக நிரூபிக்கிறது. கச்சத்தீவு தொடர்பாக நியாயமான நடவடிக்கைகளை எடுக்க விரும்பும் ஒவ்வொருவருக்கும் துணைபுரியும் வகையில், நேர்மையாகவும், தெளிவாகவும், வரிசைக் கிரமமாகவும், எந்த ஒரு விவரமும் விடுபடாத வகையிலும் புத்தகத்தை உருவாக்கியுள்ளார் ஆர். முத்துக்குமார்.

கச்சத்தீவு பிரச்னை குறித்து ஓரிரு சிறுவெளியீடுகளே வந்துள்ளன. அந்த நூல்களும்கூட நாற்பது ஆண்டுகளுக்கு முன்பு நடந்த கச்சத்தீவு தாரை வார்ப்பு பற்றியே அதிகம் பேசுகின்றன. ஆனால் கச்சத்தீவு தாரைவார்ப்புக்குப் பிறகு தமிழக மீனவர்கள் அனுபவித்து வரும் கொடுமைகள் பற்றி அதிகம் பேசவில்லை. இலங்கை அரசின் அத்துமீறல்களைப் படம்பிடித்துக் காட்டவில்லை. அவற்றை எல்லாம் ஆதாரங்களுடன் வெளிக்கொண்டு வரும்போதுதான் பிரச்னையின் உண்மையான வீரியம் புரியும். அந்தப் புரிதலை ஏற்படுத்தவேண்டும் என்பதுதான் இந்தப்புத்தகத்தின் நோக்கம்.

அரசியல் விஷயங்களை எழுதுவதற்கு சிந்தனைத் தெளிவும், ஒரு பிரச்னைக்குள்ளே புதைந்திருக்கும் சிக்கல்களை, அதன் சமூக, அரசியல், வரலாற்றுப் பின்னணியை, முற்கால வரலாற்றை, அது எதிர்காலத்தில் உலக அரங்கில் ஏற்படுத்தக்கூடிய தாக்கங்களை உணர்ந்து வெளிக்கொணரக்கூடிய தீர்க்கமான பார்வை வேண்டும். அதற்கான செய்திகளைச் சேகரிக்க நிறைய உழைப்பு தேவைப்படும். திரட்டிய செய்திகளை ஒழுங்குபடுத்தித் துல்லியமாகத் தருவதற்குச் சிதறாத கவனமும், எல்லாத்தரப்பு நியாயங்களையும் சீர்தூக்கிப் பார்த்து நடுநிலை தவறாது விமரிசிக்கும் பக்குவமும் கைவரப்பெறவேண்டும். அதற்கும் மேலாக, உள்ளது உள்ளபடியே உரைக்கக்கூடிய மனோதிடம் வேண்டும். இத்தகைய தகுதிகள்

அனைத்தும் ஒருங்கே அமையப்பெற்றவர் ஆர். முத்துக்குமார். சிக்ஸ்த்சென்ஸ் பப்ளிகேஷன்ஸ் வழியாக வெளிவரும் இவரது முதல் நூல் இது. அவர் எழுதவிருக்கும் அரசியல், வரலாறு குறித்த நூல்கள் எங்கள் பதிப்பகத்தின் வழியாகத் தொடர்ந்து வெளிவர இருக்கின்றன. படியுங்கள். தங்கள் கருத்துகளை எங்களுடன் பகிர்ந்து கொள்ளுங்கள்.

பதிப்பாளர்

அத்தியாயங்கள்

முன்னுரையாக சில வார்த்தைகள்

1.	கரை ஒதுங்கும் உயிர்கள்	12
2.	கச்சத்தீவும் தமிழக மீனவர்களும்	22
3.	வரலாறு, புவியியல் மற்றும் பொருளாதாரம்	28
4.	கச்சத்தீவும் செல்லாத ஒப்பந்தமும்	38
5.	தாரைவார்க்க சில முஸ்தீபுகள்	48
6.	அந்தோனியார் கோயில் திருவிழா	60
7.	கச்சத்தீவு தாரை வார்க்கப்பட்டது	68
8.	எதிர்ப்புகளும் எதிர்வினைகளும்	76
9.	1976 ஒப்பந்தம்: ஏன், எதற்கு, எப்படி?	90
10.	முதல் கொலை	98
11.	கச்சத்தீவை மீட்போம்!	110
12.	மீனவர் கொலை: கடற்படையா? கடற்புலிகளா?	120
13.	இலங்கை இறுதி யுத்தம்: முன்னும் பின்னும்	130
14.	வழக்கு எண் 561/2008	138
15.	என்னதான் தீர்வு?	146

பின்னிணைப்புகள்

1.	கச்சத்தீவு : ஒரு காலவரிசை	156
2.	கச்சத்தீவு : வரைபட சாட்சியங்கள்	158
3.	கச்சத்தீவு : மூல ஆவணங்கள்	160
4.	ஆய்வுக்கு உதவிய நூல்கள்	168

முன்னுரையாக
சில வார்த்தைகள்...

கச்சத்தீவு பகுதியில் இலங்கைக் கொடி கட்டப்பட்ட சீனக் கப்பல்கள் நிறுத்திவைக்கப்பட்டுள்ள செய்தியும் தமிழகத்தைச் சேர்ந்த 49 மீனவர்கள் இலங்கை கடற்படையினரால் துப்பாக்கி முனையில் கடத்திச் செல்லப்பட்ட செய்தியும் அடுத்தடுத்து வெளியாகிக் கொண்டிருக்க, நான் முன்னுரையை எழுதத் தொடங்குகிறேன்.

மீனவர்கள் கடத்தப்படுவது பற்றிய செய்திகள் வருவது ஒன்றும் புதிய விஷயம் அல்ல. கடந்த நாற்பது ஆண்டுகளுக்கும் மேலாக சீரற்ற இடைவெளிகளில் வருகின்ற செய்திகள்தான். கடத்தப்பட்ட மீனவர்கள் கொல்லப்படுவதும் விடுவிக்கப்படுவதும் அன்றாட நிகழ்வுகளுள் ஒன்றாக மாறிவிட்டன. அறுநூறுக்கும் அதிகமான தமிழக மீனவர்கள் கொல்லப்பட்டுள்ளனர். ஆயிரக்கணக்கான மீனவர்கள் ஊனமாக்கப்பட்டுள்ளனர். மதிப்பிட முடியாத அளவுக்கு சொத்துகள் சேதம் அடைந்துள்ளன.

இலங்கையில் இனக்கலவரம் வெடித்த 1983 ஆம் ஆண்டில் இருந்துதான் கச்சத்தீவு பிரச்னை ஆரம்பித்தது என்கிறார்கள் சிலர். இல்லையில்லை. 1974 ஆம் ஆண்டு இந்திரா காந்தி கச்சத்தீவை இலங்கைக்குத் தாரை வார்த்துக் கொடுத்ததுதான் பிரச்னையின் ஆரம்பப்புள்ளி என்கிறார்கள் வேறு சிலர். ஆனால் இந்த இரண்டுமே உண்மையல்ல என்ற கருத்தும் ஓங்கி ஒலிக்கிறது.

எனில், எதுதான் ஆரம்பப்புள்ளி?

அதைக் கண்டுபிடிப்பதற்கு நீண்ட வரலாற்றுப் புலனாய்வும் ஆழமான அரசியல் புலனாய்வும் தேவைப்படுகிறது. அதற்கான ஒரு முயற்சியே இந்தப் புத்தகம்.

●

கச்சத்தீவு பற்றிய இந்தப் புத்தகத்தின் நோக்கங்கள் நான்கு.

வெறும் சாட்சிகளின் அடிப்படையிலோ அல்லது கோரிக்கையின் அடிப்படையிலோ கச்சத்தீவு

இலங்கைக்குத் தரப்படவில்லை; நிறைய அரசியல் காரணங்கள் அதன் பின்னால் அணிவகுக்கின்றன என்று எழுபதுகளின் மத்தியில் பேசினார் அப்போதைய பிரதமர் இந்திரா காந்தி. அந்த அரசியல் பின்னணி குறித்த முழுமையான, தெளிவான சித்திரத்தைப் படம்பிடித்துக் காட்டவேண்டும் என்பது முதல் நோக்கம்.

இலங்கைக் கடற்படையினர் தமிழக மீனவர்களை என்னென்ன காரணங்களைச் சொல்லி, எப்போதெல்லாம் தாக்குகிறார்கள், எப்படியெல்லாம் கடத்துகிறார்கள், எந்தெந்த வகைகளில் எல்லாம் கொடுமைகளுக்கு உள்ளாக்குகிறார்கள் என்பன போன்ற விஷயங்களை எல்லாம் தகுந்த சாட்சியங்களுடனும் துல்லியமான புள்ளிவிவரங்களுடனும் ஆவணப்படுத்தி, அதன்மூலம் நம்முடைய அரசியல்வாதிகளுக்கும் ஆட்சியாளர்களுக்கும் கச்சத்தீவு பிரச்னையின் உண்மையான வீரியத்தைப் புரியவைக்க வேண்டும் என்பது இரண்டாவது நோக்கம்.

நாற்பது ஆண்டுகாலமாகத் தீர்க்கப்படாமல் நீடித்துக் கொண்டிருக்கும் இந்தப் பிரச்னையை தேசிய மற்றும் மாநிலக் கட்சிகள் அணுகிய விதம், முன்வைத்த கோரிக்கைகள், எழுதிய கடிதங்கள், முன்னெடுத்த போராட்டங்கள், எடுத்த நிலைப்பாடுகள், நடத்திய அரசியல் விளையாட்டுகள், ஆட்சியாளர்கள் எடுத்த நடவடிக்கைகள் ஆகியவற்றை விருப்பு வெறுப்பின்றிப் பதிவுசெய்யவேண்டும் என்பது மூன்றாவது நோக்கம்.

இந்திய, இலங்கை ஒப்பந்தங்களில் இருக்கும் சிக்கல்களையும் சிடுக்குகளையும் எளிமையான மொழியில் எடுத்துச்சொல்லி, அதன்மூலம் கச்சத்தீவு குறித்து புரிதலுடன் கூடிய விவாதத்தைத் தொடங்கிவைக்கவேண்டும். அதன் மூலம் தீர்வை நோக்கி நகர வேண்டும் என்பது நான்காவது நோக்கம். அதுதான் ஆகப்பெரிய நோக்கமும்கூட.

•

கச்சத்தீவு தொடர்பாக அதிமுக பொதுச்செயலாளர் ஜெயலலிதா உச்சநீதிமன்றத்தில் வழக்கு தொடர்ந்த சமயத்தில் கச்சத்தீவு பிரச்னையின் முழுப்பரிமாணத்தையும் வெளிக்கொண்டுவரும் வகையில் விரிவான புத்தகம் ஒன்றை எழுதவேண்டும் என்று நினைத்தேன். அப்போது முதலே கச்சத்தீவு பற்றிய என்னுடைய தேடல் பயணம் தொடங்கிவிட்டது.

முன்னதாக, செம்பியன் என்ற ஆய்வாளர் எழுதிய இரண்டு கட்டுரைகளின் ஒளிநகல் பிரதிகள் என் வசம் இருந்தன. கச்சத்தீவு தமிழகத்தின் - இந்தியாவின் ஒரு பகுதியே என்பது முதல் கட்டுரையின் தலைப்பு. கச்சத்தீவின் இழப்பினால் தமிழினம் இழப்பவை என்ன?: அனைத்து நாடுகள் சட்டக் கண்ணோட்டம்

என்பது இரண்டாவது கட்டுரையின் தலைப்பு. புத்தகத்துக்கான அடிப்படைத் தரவுகளை அந்தக் கட்டுரைகள் கொடுத்தன.

கச்சத்தீவு பற்றிய ஆய்வுகளுக்கும், ஒப்பீட்டு ஆய்வுகளுக்கும் ஆங்கிலத்தில் வெளியான சில நூல்களும், ஓரிரு தமிழ் நூல்களும் உதவியாக இருந்தன. அவற்றின் பட்டியலைப் பின்னிணைப்பில் கொடுத்துள்ளேன். இந்தியா, இலங்கை இடையே வெவ்வேறு கால கட்டங்களில் போடப்பட்ட ஒப்பந்தங்கள் குறித்த மூல ஆவணங்கள் அனைத்தும் இணையத்தில் கிடைத்தன. சில அத்தி யாயங்களை செம்மைப்படுத்த அந்த ஆவணங்கள் அதிகம் பயன்பட்டன.

1974 தொடங்கி 2013 வரையிலான காலகட்டத்தில் வெளியான நாளிதழ்கள், வார இதழ்கள், சிற்றிதழ்கள் ஆகியன தாக்குதல்கள் பற்றிய புள்ளிவிவரச் சேகரிப்புக்கும், சம்பவத் தொகுப்புக்கும் உதவிசெய்தன. முக்கியமாக, தினமணி நாளிதழைச் சொல்லவேண்டும். எனக்குத் தேவையான செய்திகள் எல்லாம் குறித்த நேரத்தில் கிடைப்பதற்கு உதவிசெய்த நூலக நண்பர்கள் அத்தனை பேருக்கும் என்னுடைய நன்றிகள்.

புத்தகங்கள், பத்திரிகைகள் தவிர, ஜே.என். தீக்சித், பி. ராமன், பேராசிரியர் வி. சூரியநாராயண் போன்ற வெளியுறவுத்துறை நிபுணர்கள் எழுதிவைத்த குறிப்புகள், பாதிக்கப்பட்ட மீனவர்கள் ஊடகங்கள் வழியாகக் கொடுத்த சாட்சியங்கள், அரசியல் தலைவர்கள் கொடுத்துள்ள பேட்டிகள், மக்கள் பிரதிநிதிகள் ஆற்றிய நாடாளுமன்ற உரைகள் ஆகியனவும் இந்தப் புத்தக உருவாக்கத்தில் கணிசமான பங்களிப்பைச் செய்துள்ளன.

சிக்ஸ்த்சென்ஸ் பப்ளிகேஷன்ஸ் வழியாக வெளியாகும் என்னுடைய முதல் புத்தகம் தமிழ்நாட்டின் அதிமுக்கிய பிரச்னை குறித்துப் பேசுவதில் எனக்கு மிகுந்த மகிழ்ச்சி.

அன்புடன்
ஆர். முத்துக்குமார்
9 ஜூன் 2013

01

கரை ஒதுங்கும் உயிர்கள்!

கன்னியாகுமரி மாவட்டத்தைச் சுற்றியுள்ள மீனவ கிராமங்களுள் ஒன்று தூத்தூர். அங்கு வசிக்கும் பெரும்பாலான மக்களின் பாரம்பரியத் தொழில் மீன்பிடித்தல். சிலர் படகுகள், வலைகள் உள்ளிட்ட மீன்பிடிச் சாதனங்களைச் சொந்தமாக வைத்திருப்பார்கள். சிலருக்கு உடலுழைப்பு மட்டுமே மூலதனம். சொந்தப் படகு உள்ளவர்கள் மற்றவர்களைச் சேர்த்துக்கொண்டு கடலுக்குள் சென்று மீன்பிடித்துவருவார்கள்.

அந்தக் கிராமத்தைச் சேர்ந்த சதீஷ் என்ற இளைஞர் ரெக்சன் என்ற பெயரில் சொந்தமாக மீன்பிடிப்படகு ஒன்றை வைத்திருந்தார். 23 மார்ச் 2007 அன்று தன்னுடைய படகில் மீன்பிடிக்கச் சென்றார். அவருடன் ஜஸ்டின், லைனஸ், மரியஜான், ஜேசுதாஸ், ஈஸ்டர் பாபு, ஜெரின், அருள்தாஸ் உள்ளிட்டோர் சென்றனர். ஒவ்வொருவரும் ஒவ்வொரு வயதுக்காரர்கள்.

பெரிய அளவில் மீன்கள் சிக்கப்போகின்றன என்ற எதிர்பார்ப்புடன் புத்தளம் என்ற பகுதியில் மீன்பிடித்துக் கொண்டிருந்தனர். அப்போது கண்ணுக்கெட்டிய தூரத்தில் இலங்கைக் கடற்படையினர் வந்து கொண்டிருப்பது அவர்களுடைய கவனத்தைக் கலைத்தது. அடுத்த நொடி படகில் இருந்த மீனவர்கள் அத்தனை பேரையும் உயிர்பயம் ஆக்கிரமித்துக்கொண்டது. பதறத்தொடங்கினர். காரணம், கடந்த காலங்களில் இலங்கைக் கடற்படையினர் தமிழக மீனவர்களிடம் நடந்துகொண்ட விதம் அப்படியானது.

எப்போதெல்லாம் தமிழக மீனவர்கள் தங்கள் பிடியில் சிக்குகிறார்களோ அப்போதெல்லாம் மூன்றுவிதமான காரியங்களைச் செய்வது இலங்கைக் கடற்படையினரின் வழக்கம். ஒன்று, தமிழக மீனவர்களைத் துப்பாக்கி முனையில் கைது செய்து, இலங்கைச் சிறைகளில் அடைத்து வைப்பார்கள். அங்கே கடுமையான தாக்குதல்களுக்கும் வதைகளுக்கும் ஆளாக்குவார்கள். இந்திய, தமிழக அரசுகளின் தீவிர முயற்சிகளுக்குப் பிறகுதான் விடுதலை செய்வார்கள்.

இரண்டாவது, மீனவர்கள் பிடித்துள்ள மீன்களை எல்லாம் கடலுக்குள் கொட்டி, வலைகளை அறுத்தெறிந்து, படகுகளைச் சேதப்படுத்தி, அவர்களுடைய பணம், நகை உள்ளிட்ட உடைமைகளைப் பறித்துக் கொண்டு, கொடூரமான முறையில் தாக்கிவிட்டுச் சென்று விடுவார்கள்.

மூன்றாவது, கண்முடித்தனமாகத் துப்பாக்கிச்சூடு நடத்தி தமிழக மீனவர்களைக் கொன்று, கடலில் வீசிவிட்டுச் சென்றுவிடுவார்கள்.

கடந்த முப்பது ஆண்டுகளாக இந்த மூன்றில் ஒன்றையோ அல்லது மூன்றையும் சேர்த்தோ செய்துவருவதுதான் இலங்கைக் கடற்படையினரின் வழக்கம். அதுதான் சதீஷ் உள்ளிட்ட ஒன்பது பேரையும் உயிர்பயத்தில் ஆழ்த்தியது. எந்த நொடியில் வேண்டுமானாலும் இலங்கைக் கடற்படையினர் தாக்குதலைத் தொடங்கலாம் என்பதால் மின்னல் வேகத்தில் தப்பிக்கும் முயற்சியில் இறங்கினர்.

முதலில் சதீஷும் ஜஸ்டினும் கடலுக்குள் குதித்தனர். அவர்களைத் தொடர்ந்து மற்றவர்களும் கடலுக்குள் குதிக்க முற்பட்டனர். அதற்குள் அவர்களை நோக்கித் துப்பாக்கியால் சுடத் தொடங்கினர் இலங்கைக் கடற்படையினர். அதன் காரணமாகப் படகில் இருந்தவர்கள் தாக்குதலுக்கு ஆளாகினர். லைனஸ், மரியஜான் என்ற இருவரும் படகிலேயே கொல்லப்பட்டனர். இவர்கள் இருவருமே ஐம்பது வயதுக்கு மேற்பட்டவர்கள்.

கடலில் குதித்தவர்கள் போக எஞ்சியிருந்த மற்றவர்களை இலங்கைக் கடற்படையினர் கைவசம் இருந்த துப்பாக்கி உள்ளிட்ட ஆயுதங்களால் சரமாரியாகத் தாக்கிக் காயப்படுத்தினர். பின்னர், 'இனி இந்த இடத்துக்கு வந்தால் உயிரோடு திரும்பமுடியாது' என்று மிரட்டிவிட்டு, அந்த இடத்தை விட்டு நகர்ந்தனர்.

தாக்குதலுக்கு ஆளான மீனவர்கள் தங்களுடைய சொந்த முயற்சியால் கரைக்கு வந்துசேர்ந்தனர். படகிலேயே மரணம் அடைந்த இருவருடைய உடல்களும் கரைக்குக் கொண்டுவரப்பட்டன. தூத்தூர் மற்றும் அதைச் சுற்றியுள்ள அனைத்து மீனவ கிராமங்களையும் உலுக்கியெடுத்துவிட்டது மீனவர்கள் கொல்லப்பட்ட செய்தி.

மீன்பிடிக்கச் சென்ற ஒன்பது மீனவர்களில் இரண்டு பேர் இலங்கைக் கடற்படையினரால் கொல்லப்பட்டிருந்தனர். துப்பாக்கிச்சூட்டுக்கு ஆளாகி மருத்துவமனையில் அனுமதிக்கப்பட்டிருந்த ஜேசுதாஸ் என்பவரும் பின்னர் மரணம் அடைந்தார். ஆக, மூன்று உயிர்கள் கண்ணுக்குத் தெரிந்து பலியாகியிருந்தன. இரண்டு உயிர்கள் என்ன ஆயின என்றே தெரியவில்லை. தாக்குதலுக்கு ஆளாகி மருத்துவ சிகிச்சையில் இருந்த மற்ற மீனவர்கள் கடுமையான மன உளைச்சலுக்கு ஆளாகியிருந்தனர்.

ஐந்து குடும்பங்கள் அநாதையாகி நின்றன.

●

ராமநாதபுரம் மாவட்டம் ராமேஸ்வரம் பகுதி மீன்பிடித் தொழிலுக்குப் பிரசித்தி பெற்ற பிராந்தியம். மீனவர்களால் நிரம்பிய பகுதி. கச்சத்தீவு பகுதியில் மீன்பிடிப்பவர்களில் அதிகமானோர் ராமேஸ்வரம் மீனவர்களே. அந்த வகையில் இலங்கைக் கடற்படையினரால் அதிகம் பாதிப்புக்கு ஆளாகிறவர்களும் அவர்களே. ஆனாலும் பிழைப்பே அதுதான் என்பதால் உயிரைப் பணயம் வைத்துத்தான் கடலுக்குள் செல்கின்றனர் ராமேஸ்வரம் மீனவர்கள்.

1991 ஆம் ஆண்டு நவம்பர் மாத மத்தியில் நான்கு படகுகளை எடுத்துக் கொண்டு ராமேஸ்வரம் மீனவர்கள் 24 பேர் சேர்ந்து கடலுக்குள் மீன்பிடிக்கச் சென்றனர். இவர்கள் விரும்புகின்ற மீன்கள் கச்சத்தீவுக்கு அருகில்தான் அதிகம் கிடைக்கும். ஆகவே, அந்தப் பகுதிக்குச் சென்று மீன்பிடிக்கத் தொடங்கினர். 19 நவம்பர் 1991 அன்று மாலை நெருங்கிக் கொண்டிருந்த சமயத்தில் அவர்களை நோக்கி இலங்கைக் கடற்படையினர் வரத்தொடங்கினர்.

இந்தியக் கடல் எல்லைக்குள் மீன்பிடித்துக்கொண்டிருக்கும் தங்களை நோக்கி ஏன் இலங்கைக் கடற்படையினர் வருகிறார்கள்

என்ற சந்தேகம் தமிழக மீனவர்களுக்கு எழுந்தது. ஆனால் அதற்குள் இந்தியக் கடற்பகுதிக்குள் நுழைந்த இலங்கைக் கடற்படையினர், தமிழக மீனவர்களின் படகுகளைச் சுற்றிவளைத்துத் தாக்கத் தொடங்கினர். துப்பாக்கி முனையில் அத்தனை மீனவர்களையும் கைது செய்த இலங்கைக் கடற்படையினர், நான்கு படகுகளையும் கடலுக்குள் மூழ்கடித்தனர்.

இந்திய எல்லைக்குள்தானே மீன் பிடிக்கிறோம் என்று மீனவர்கள் விளக்கம் கொடுத்தபோதும் அதை அதிகாரிகள் சட்டை செய்யவில்லை. மீனவர்களைத் தங்களுடைய கப்பலுக்குள் தள்ளி, இழுத்துச்சென்ற அதிகாரிகள், அங்கேயே வைத்து கடுமையாகத் தாக்கினர். மீனவர்களுடைய ஆடைகளை அகற்றி, நிர்வாணமாக்கினர். பின்னர் அடித்து, உதைத்து, ஒவ்வொருவரையும் தூக்கிக் கடலில் வீசினர். அவர்களில் சிலருக்கு மட்டும் நீச்சல் தெரியாது. மீனவர்களுக்கு எடுபிடி வேலைகள் செய்வதற்காக வந்தவர்கள் அவர்கள். ஆனாலும் அவற்றைப் பொருட்படுத்தாமல் எல்லோரையும் தூக்கிக் கடலில் வீசினர் இலங்கைக் கடற்படையினர்.

நீச்சல் தெரிந்தவர்கள் மட்டும் மூன்றரை மணி நேரப் போராட்டத்துக்குப் பிறகு நெடுந்தீவு என்ற பகுதியை அடைந்தனர். அங்கே அவர்களுக்கு உடை, உணவு கொடுத்த இலங்கைத் தமிழ் மீனவர்கள், தமிழக மீனவர்களை சர்வதேச செஞ்சிலுவைச் சங்கத்திடம் ஒப்படைத்தனர். அவர்கள் இந்தியத் தூதரக அதிகாரிகளைத் தொடர்புகொள்ளவே, அவர்கள் மூலம் தமிழக மீனவர்கள் ராமேஸ்வரம் திரும்பினர்.

நீச்சல் தெரிந்தவர்கள் உயிர் பிழைத்து, நாடு திரும்பிவிட்டனர். நீச்சல் தெரியாதவர்களின் கதி? கடலில் தூக்கி வீசப்பட்ட பாண்டி, கோவிந்தராஜ், கருப்பசாமி ஆகிய மூவரும் நீச்சலடிக்க முடியாமல் திணறி, கடலிலேயே மூழ்கி மரணம் அடைந்துவிட்டனர். இத்தனைக்கும் இலங்கைக் கடற்படையினர் தமிழக மீனவர்கள் மீது தாக்குதல் நடத்தியபோது இந்தியக் கடற்படையினர் கூப்பிடு தொலைவில்தான் முகாமிட்டிருந்தனர் என்ற தமிழக மீனவர்கள் சாட்சியம் கவனிக்கத்தக்கது.

மூன்று குடும்பங்கள் அநாதையாகி நின்றன.

•

மேலே சொன்ன சம்பவம் நடந்து சரியாக இருபது ஆண்டுகள் கழித்து நடந்த இன்னொரு கொடூர சம்பவம் இது. (இடைப்பட்ட காலத்தில் தமிழக மீனவர்கள் பலமுறை தாக்குதலுக்கு ஆளாகியிருக்கிறார்கள்,

கொடூரமாகக் கொலை செய்யப்பட்டிருக்கிறார்கள் என்பது தனிக்கதை)

சேவியர் விக்டஸ், அந்தோனி ராஜ், ஜான்பால், மாரிமுத்து என்ற நான்கு பேரும் ராமேஸ்வரத்தைச் சேர்ந்த மீனவர்கள். பெரும்பாலும் இவர்கள் நால்வரும் இணைந்து சென்றே கடலுக்குள் மீன்பிடிப்பது வழக்கம். அப்படித்தான் 2 ஏப்ரல் 2011 அன்றும் கடலுக்குள் மீன்பிடிக்கச் சென்றனர்.

வேலையில் மும்முரமாக ஈடுபட்டுக் கொண்டிருந்த சமயத்தில் திடீரென அவர்களுடைய படகை நோக்கி இலங்கைக் கடற்படையினர் விரைந்து வந்தனர். என்ன, ஏது என்று விசாரித்துச் சுதாரிப்பதற்குள் அவர்களைத் துப்பாக்கி முனையில் கைது செய்து, தங்களுக்குச் சொந்தமான பகுதிக்கு அழைத்துச்சென்றனர் இலங்கைக் கடற்படையினர்.

இலங்கைக்காரர்கள் கையில் சிக்கினால் என்னவெல்லாம் நடக்கும் என்பது அவர்கள் நான்கு பேருக்குமே அத்துப்படியான ஒன்றுதான். அவர்கள் நினைத்ததுதான் நடந்தது. தமிழக மீனவர்கள் நான்கு பேரையும் மூர்க்கமான முறையில் தாக்கத் தொடங்கினர் இலங்கை அதிகாரிகள். அடிதாங்கமுடியாத நான்கு மீனவர்களும் ஒருவர் பின் ஒருவராக மயங்கி விழுந்து, மரணம் அடைந்தனர்.

பின்னர் நான்கு பேருடைய பிணங்களையும் ஒன்றன்பின் ஒன்றாகத் தூக்கிக் கடலுக்குள் வீசினர். இவர்களில் சேவியர் விக்டஸின் பிணம் மட்டும் யாழ்ப்பாணக் கடற்கரையில் ஒதுங்கியது. தமிழக மீனவர்கள் அந்தப் பகுதிக்கே நேரில் சென்று உடலை எடுத்து, அடக்கம் செய்துவிட்டுத் திரும்பினர். பின்னர் அந்தோனிராஜ், ஜான்பால், மாரிமுத்து ஆகிய மூன்று பேருடைய பிணங்களும் வெவ்வேறு இடங்களில் கரை ஒதுங்கின.

நான்கு குடும்பங்கள் அநாதையாகி நின்றன.

•

கடந்த நாற்பது ஆண்டுகளுக்கும் மேலாகத் தமிழக மீனவர்கள் மீது இலங்கைக் கடற்படையினர் நடத்திவரும் தொடர் தாக்குதல்களுக்கு மேலே விவரிக்கப்பட்டுள்ள சம்பவங்கள் மூன்றும் மிக எளிமையான எடுத்துக்காட்டுகள். இவற்றைக் காட்டிலும் மோசமான, கொடூரமான தாக்குதல்கள் நித்தம் நித்தம் நடந்துகொண்டிருக்கின்றன.

2011 ஜனவரி மாதத் தொடக்கத்தில்கூட ஜெகதாம்பட்டினம் என்ற கிராமத்தைச் சேர்ந்த தமிழக மீனவர் வீரபாண்டியன்

இலங்கைக் கடற்படையினரால் சுட்டுக்கொல்லப்பட்டார். அந்தச் சம்பவம் நடந்து பத்து, பதினைந்து தினங்கள்கூட ஆகவில்லை. 22 ஜனவரி 2011 அன்று நாகை மாவட்டம் புஷ்பவனம் கிராமத்தைச் சேர்ந்த ஜெயக்குமார் என்ற மீனவரைக் கழுத்தில் கயிறுமூலம் சுருக்குப்போட்டு, நெரித்துக் கொலை செய்திருக்கிறார்கள் இலங்கைக் கடற்படையினர்.

தமிழ்நாட்டின் ஆன்மாவையே உலுக்கியெடுத்துவிட்டது இந்தப் படுகொலை. தமிழக மீனவர்கள் மீது இலங்கைக் கடற்படையினர் எந்த அளவுக்கு வன்மத்தை வளர்த்துக்கொண்டுள்ளனர் என்பதற்கு இந்தப் படுகொலை பொருத்தமான உதாரணம். தவிரவும், தமிழக மீனவர்கள் மீதான தாக்குதல்களுக்குக் கடல் எல்லைகள் மட்டுமே காரணம் அல்ல, அதைக் காட்டிலும் முக்கியமானதாக இனப்பிரச்னை இருக்கிறது என்பதும் இந்தக் கொலை நடந்த விதத்தின் மூலம் நிரூபிக்கப்பட்டுள்ளது.

கைது, கடத்தல், அடி, உதை, துப்பாக்கிச்சூடு, கொலை என்று தமிழக மீனவர்கள் மீது தொடுக்கப்படும் எல்லாவிதமான தாக்குதல்களுக்கும் இலங்கைக் கடற்படையினர் பெரும்பாலும் சொல்லும் காரணம் ஒன்றே ஒன்றுதான்.

தமிழக மீனவர்கள் எல்லைதாண்டி இலங்கைக் கடற்பகுதிக்குள் நுழைந்து மீன்பிடிக்கின்றனர்!

தமிழக மீனவர்கள் தங்களுடைய கடல் எல்லைகளைத் தாண்டிச் சென்று இலங்கைப் பகுதிக்குள் நுழைந்து மீன்பிடிக்கிறார்களா, இல்லையா என்பது ஆய்வுக்கும் விவாதத்துக்கும் உரிய கேள்வி. ஒருவேளை தமிழக மீனவர்கள் எல்லை மீறுகிறார்கள் என்றால் அதற்கான தண்டனை மரணம்தான் என்று இலங்கைக் கடற்படை எப்படி முடிவெடுத்துச் செயல்படுகிறது?

உலகம் தழுவிய அளவில் மீன்பிடித் தொழிலில் ஈடுபடுகின்ற பல நாடுகளிலும் மீனவர்கள் எல்லைதாண்டிச் செல்வதும் மீன்பிடிப்பதும் வழக்கமாக நடந்துவரும் காரியங்கள்தாம். ஜப்பான், சீனா, தென் கொரியா, தைவான், உகாண்டா, மியான்மர், பாகிஸ்தான், பங்களாதேஷ், தாய்லாந்து, ஆஸ்திரேலியா, சீஷெல்ஸ் தீவுகள் என்று மீன்பிடித் தொழிலில் ஈடுபடும் எல்லா நாடுகளிலும் இத்தகைய நடைமுறைகள் அமலில் இருக்கின்றன.

இலங்கை மீனவர்கள் மாலத்தீவுக் கடற்பகுதிக்குள் சென்று மீன்பிடிப்பார்கள். பங்களாதேஷ் மீனவர்கள் மியான்மரின் கடற்பகுதிக்குள் நுழைந்து மீன்பிடிப்பார்கள். ஜப்பான் மீனவர்கள்

ஆசிய எல்லைக்குள் நுழைந்து மீன்பிடிப்பார்கள். ஏன், இலங்கை மீனவர்கள் இன்னமும் இந்தியாவின் கேரளப் பகுதியிலும் லட்சத்தீவுப் பகுதியிலும் நுழைந்து மீன்பிடித்துக் கொண்டுதான் இருக்கிறார்கள். இன்னும் சொல்லப்போனால் இலங்கை மீனவர்கள் இந்தியக் கடல் எல்லைக்குள் இருக்கின்ற பத்துக்கும் மேற்பட்ட இடங்களில் தொடர்ச்சியாக மீன்பிடித்துக்கொண்டுதான் இருக்கிறார்கள்.

அப்படி எல்லை தாண்டிச் செல்லும் வேற்று நாட்டு மீனவர்களை சம்பந்தப்பட்ட நாட்டின் ராணுவமோ அல்லது கடற்படை அதிகாரிகளோ தடுத்து நிறுத்துவார்கள். படகில் ஏறிச் சோதனை நடத்துவார்கள். உரிய ஆவணங்கள் வைத்திருக்கிறார்களா என்று பார்ப்பார்கள். மீன்பிடிக்கும் நோக்கத்துடன் வந்துள்ளார்களா அல்லது வேறு ஏதேனும் சட்டவிரோத காரியங்களில் ஈடுபடும் நோக்கத்துடன் வந்துள்ளார்களா என்று விசாரிப்பார்கள். சந்தேகம் வரும் பட்சத்தில் கைது செய்வார்கள். அபராதம் விதிப்பார்கள். பின்னர் கடுமையாக எச்சரிக்கை செய்துவிட்டு, விடுவித்து விடுவார்கள். இதுதான் எல்லா நாடுகளிலும் பின்பற்றப்பட்டு வருகின்ற நடைமுறை.

சுதந்தரம் அடைந்த காலத்தில் இருந்தே நம்முடைய எதிரி தேசமாக இருக்கும் பாகிஸ்தான்கூட இதே நடைமுறையைத்தான் இந்திய மீனவர்கள் விவகாரத்தில் பின்பற்றுகிறது. குறிப்பாக, குஜராத் மாநிலம் கட்ச் பகுதி மீனவர்கள் பாகிஸ்தான் கடல் எல்லைக்குள் பிடிபடும் சமயங்களில் எல்லாம் பெரிய அளவிலான பிரச்னைகளோ, கெடுபிடிகளோ இல்லாமல் விடுவிக்கப்படுகிறார்கள். எல்லை தாண்டிய ஒரு இந்திய மீனவர்கூட பாகிஸ்தானியக் கடற்படையினரால் சுடப்பட்டதாகப் பதிவுகள் இல்லை.

ஆனால் இந்தியாவின் நட்பு நாடு என்று இந்திய அரசால் பெருமிதத்துடன் கொண்டாடப்படுகின்ற இலங்கை அரசு மட்டும் தமிழக மீனவர்களை நடுக்கடலில் வைத்துச் சுட்டுக்கொல்கிறது. கடந்த நாற்பது ஆண்டுகளில் சுமார் அறுநூறுக்கும் மேற்பட்ட தமிழக மீனவர்களுக்கு, எவ்வித நேர்மையான விசாரணையும் இல்லாமல், எவ்வித சட்டதிட்டங்களுக்கும் உட்படாமல், துப்பாக்கிகளின் துணையுடன் மரண தண்டனையைத் தொடர்ச்சியாகக் கொடுத்துக் கொண்டிருக்கிறது இலங்கை அரசு.

•

இந்த இடத்தில் சில நியாயமான கேள்விகள் எழுகின்றன.

இந்தியக் கடற்பகுதியிலேயே அதிக அளவில் மீன்கள் கிடைக்கும்போது எதற்காகத் தமிழக மீனவர்கள் எல்லைமீறிச் சென்று இலங்கைப் பகுதியில் மீன்பிடிக்கவேண்டும்? அல்லது இந்தியக் கடற்பகுதியில் குறிப்பிடத்தக்க அளவில் மீன்களே இல்லையா?

மீன்பிடிக்கவேண்டும் என்பதற்காக உயிரைப் பற்றிக்கூடக் கவலைப்படாமல் இலங்கைப் பகுதிக்குச் செல்லத் தமிழக மீனவர்களைத் தூண்டுபவை எவை?

கடற்படையினரின் பிடியில் சிக்காத பட்சத்தில் தமிழக மீனவர்களுக்கு அதிக அளவிலான லாபம் கிடைப்பதற்கான வாய்ப்புகள் உள்ளனவா?

எல்லை தாண்டுகின்ற அல்லது எல்லை தாண்டுவதாகச் சொல்லப்படுகின்ற தமிழக மீனவர்களை இலங்கைக் கடற்படையினர் ஏன் கைது செய்து விசாரணை, எச்சரிக்கை என்பன போன்ற சாதாரண நடைமுறைகளைப் பின்பற்றாமல் தாக்குதல், கொலை என்ற அசாதாரண முறைகளில் அணுகுகின்றனர்? குறிப்பாக, கழுத்தில் சுருக்குப்போட்டு நெரித்துக்கொள்ளும் அளவுக்கு வன்மத்துடன் நடந்துகொள்வது ஏன்?

சரி, ஏதோவொரு உள்நோக்கம் காரணமாக, (உதாரணம்: ஈழத்தமிழர் போராட்டம்) இலங்கைக் கடற்படையினர் தமிழக மீனவர்களிடம் காழ்ப்புணர்வுடன் நடந்து கொள்கிறார்கள் என்று வைத்துக்கொள்வோம். ஆனால் நாற்பது ஆண்டுகளாகத் தொடர்ச்சியாக நடந்துவரும் மனிதாபிமானமற்ற தாக்குதல்களை இந்திய அரசு ஏன் வலுக்கட்டாயமாகச் சகித்துக்கொள்கிறது? தாக்குதலில் ஈடுபடும் இலங்கை அரசிடம் ஏன் மென்மையாகவே நடந்துகொள்கிறது?

ஆஸ்திரேலியாவில் இந்திய மாணவர்கள் தாக்கப்படுவதைக் கண்டித்துக் களமிறங்கும் இந்திய அரசு - இங்கிலாந்தில் சீக்கியர்கள் தாக்கப்பட்டால் உடனடியாக அதைக் கண்டிக்கும் இந்திய அரசு - கலவரங்கள் உருவாகும் இஸ்லாமிய நாடுகளில் வசிக்கும் இந்தியர்களுக்காகக் கவலைப்பட்டுத் தூதரகங்களுக்கு நெருக்கடி கொடுக்கும் இந்திய அரசு - அமெரிக்காவில் பிரச்னைகளுக்கு ஆளாகும் குஜராத்திகளுக்காகக் குரல் கொடுக்கும் இந்திய அரசு - கேரள மீனவர்களைச் சுட்டுக்கொன்ற இத்தாலியர்களுக்கு எதிராக இத்தாலியுடன் ராஜீய உறவையே முறித்துக்கொள்ளும் அளவுக்குச்

செல்லும் இந்திய அரசு - தமிழக மீனவர்களைச் சுட்டுக்கொல்லும் இலங்கையைக் கண்டிக்கும் விஷயத்தில் மட்டும் கள்ள மௌனம் காப்பதன் பின்னணி என்ன?

இலங்கைக் கடற்படையினரால் அதிகம் பாதிக்கப்படும் தமிழக மீனவர்கள் அத்தனைபேருமே தமிழ்நாட்டின் குடிமக்கள். அந்த வகையில் அவர்களுடைய உயிருக்குப் பாதுகாப்பு வழங்க வேண்டிய பொறுப்பும் கடமையும் தமிழக அரசுக்கு உண்டு. ஆனால் தமிழக மீனவர்கள் இலங்கைக் கடற்படையினரால் கடத்தப்படுவதையோ, தாக்கப்படுவதையோ அல்லது சுட்டுக் கொல்லப்படுவதையோ தமிழக அரசால் ஏன் தடுத்துநிறுத்த முடியவில்லை?

மேலே எழுப்பப்பட்டுள்ள அத்தனைக் கேள்விகளுக்குமான விடைகள் கச்சத்தீவு தாரைவார்ப்பு என்கிற இந்திய - இலங்கை ஆட்சியாளர்கள் ஆடிய ராஜதந்திர விளையாட்டில்தான் புதைந்து கிடக்கின்றன!

02

கச்சத்தீவும் தமிழக மீனவர்களும்

இந்தியாவில் அதிக அளவில் மீன் உற்பத்தி செய்யும் மாநிலங்கள் என்ற பட்டியலில் கேரளா, குஜராத் ஆகிய மாநிலங்கள் முதன்மையான இடங்களைப் பெற்றிருந்தாலும் தமிழகத்துக்கான இடம் முக்கியமானது. சுமார் ஆயிரத்து எழுபத்தியாறு கிலோமீட்டர் நீளம் கொண்ட கடற்கரைப் பகுதியைப் பெற்றுள்ள தமிழ்நாட்டில் கடல் மற்றும் கடல் சார்ந்த தொழில்களைச் செய்யக்கூடிய மீனவர்களின் எண்ணிக்கை மட்டும் சுமார் எட்டரை லட்சத்தைத் தாண்டுகிறது.

தமிழ்நாட்டில் சென்னை தொடங்கி கன்னியாகுமரி வரை மீனவர்கள் இல்லாத இடத்தையே பார்ப்பது சிரமம் என்ற அளவுக்கு சுமார் அறுநூறு கிராமங்களில் தமிழகம் முழுக்க விரவிக் கிடக்கிறார்கள். குறிப்பாக, சென்னை, கடலூர், சிதம்பரம், புதுக்கோட்டை, தஞ்சாவூர், நாகப்பட்டினம், ராமநாதபுரம், தூத்துக்குடி, கன்னியாகுமரி உள்ளிட்ட மாவட்டங்களில் அதிக அளவில் மீனவர்கள் வாழ்கிறார்கள்.

காரையார், முக்குவர், பட்டினத்தார், பரதவர், பர்வதராஜகுலத்தினர், செம்படவர் என்று வெவ்வேறு சாதிப்பெயர்களை வைத்துக் கொண்டாலும், வலையர் - பரவர் - கடையர் என்று வெவ்வேறு பெயர்களால் அழைக்கப்பட்டாலும், அவர்கள் அத்தனைபேருக்கும் பொதுவான தொழில், மீன்பிடித்தல்தான். கடலும் கடல் சார்ந்த வாழ்க்கையையும் உளமார நேசித்து வாழ்ந்துவருபவர்கள் மீனவர்கள்.

கல்வி, பொருளாதார ரீதியாக முன்னேறி, வேறு தொழில்களுக்கு மாறிய ஒருசில குடும்பங்களைத்தவிர பெரும்பாலான மீனவ குடும்பங்கள் இன்னமும் நம்பிக்கொண்டிருப்பது கடலையும் கடல்வாழ் மீன்களையும்தான். அந்த மீனவர்களுக்கான ஒரே நம்பிக்கை நட்சத்திரமாக இருப்பது கச்சத்தீவு. அதுதான் அவர்களுடைய வாழ்வாதாரம். அதுதான் அவர்களுடைய எதிர்காலம்.

இந்தியக் கடற்பகுதியில் தமிழக மீனவர்களுக்கான மீன்பிடிப் பகுதிகள் பெரிய அளவில் பரந்துவிரிந்து கிடந்தாலும் அதிக அளவில் மீன்கள் கிடைப்பது என்னவோ கச்சத்தீவிலும் அதைச் சுற்றியுள்ள பகுதிகளிலும்தான். ஆகவே, தமிழ்நாட்டின் எந்த மாவட்டத்தைச் சேர்ந்த மீனவராக இருந்தாலும் சரி, கச்சத்தீவுக்கு அருகில் சென்று மீன்பிடித்துவருவதில் அதிக ஆர்வம் செலுத்துவது வழக்கம்.

கச்சத்தீவு மற்றும் அதைச் சுற்றியுள்ள பகுதிகளில் கிடைக்கும் மீன்வகைகளில் பட்டியல் வெகு நீளமானது.

கணவாய், வாளை, கொடுவாய்ப்பாறை, திருக்கை, நிலச்சுறா, பொன்வண்ணக்குறா, முத்துச்செதில் மீன், குமிழ்வடிவக் கண் மீன், கறுப்பு மாளிக், கவுரா மீன், சிப்பிளி, சாதாவால், கோய்க்குண்டை, கீச்சான், பெரிய சுறா, முரல், உழுவை, கடல் ஆரா, கண்ணாடி மீன், விலாங்கு மீன், கூனி இறால், செங்கேனி, கெளுத்தி, பண்ணா, கெண்டை, கிளிமூக்கு மீன், எருமை நாக்கு மீன், மடக்கெறால், கடல்மான், நெய் மீன், ஆளி மட்டி, நெய்தலி, வெள்ளை வவ்வால், இறால், நண்டு, இத்யாதி இத்யாதிகள்.

கச்சத்தீவு எப்படி தமிழக மீனவர்களின் வாழ்வாதாரமாகக் கருதப்படுகிறதோ அப்படித்தான் இலங்கை மீனவர்களாலும் தங்களுடைய வாழ்வாதாரங்களுள் ஒன்றாகக் கருதப்படுகிறது. இலங்கையில் மட்டும் சுமார் ஏழு லட்சம் மீனவர்கள் வசிக்கின்றனர். அவர்களுக்கும் கச்சத்தீவு என்பது கனவுப் பிரதேசம்தான்.

அடிப்படையில் கச்சத்தீவு இந்தியாவுக்குச் சொந்தமானது என்றபோதும் தமிழக மீனவர்களைப் போலவே இலங்கை

மீனவர்களும் தங்களுடைய விருப்பத்துக்குரிய மீன்பிடிப் பகுதியாகவே கச்சத்தீவைப் பார்த்தனர். அப்படியே பயன்படுத்தியும் வந்தனர். அந்தப் பகுதிகளில் அதிக அளவில் மீன்கள் கிடைத்துவந்ததால் இருநாட்டு மீனவர்களுக்கும் இடையே பெரிய போட்டியோ, பொறாமையோ ஏற்படவில்லை.

காலம் காலமாக இருதரப்பு மீனவர்களுக்கும் அட்சயபாத்திரமாக விளங்கி, மீன்வளத்தை அள்ளிஅள்ளிக் கொடுத்துவந்த கச்சத்தீவைத் திடீரென தனக்குச் சொந்தமாக்கிக்கொள்ள இலங்கை அரசு ராஜீய ரீதியில் சில முயற்சிகளை மேற்கொள்ளத் தொடங்கியது. இதற்கு தொடக்க காலத்திலேயே தமிழ்நாட்டில் எதிர்ப்புக் குரல்கள் எழும்பத் தொடங்கின.

உண்மையில் பிரிட்டிஷார் ஆட்சிக்காலத்தில் இருந்தே கச்சத்தீவைத் தங்களுக்குச் சொந்தமாக்கிக்கொள்ளவேண்டும் என்ற எண்ணம் இலங்கை ஆட்சியாளர்களுக்கு இருந்துவந்தது. அதற்கான சிலபல முயற்சிகளை அதிகாரப்பூர்வமாக எடுத்தாலும்கூட அவற்றில் முழுமையாக வெற்றிபெற முடியவில்லை. காரணம், இங்கிருந்த ஆட்சியாளர்களும் அதிகாரிகளும் எடுத்த உறுதியான நிலைப்பாடுகள்.

பல முயற்சிகள் தோல்வியடைந்தபோதும் கச்சத்தீவைத் தங்களுக்குச் சொந்தமாக்கும் முயற்சியில் இருந்து பின்வாங்காமல் இருந்தனர் இலங்கை ஆட்சியாளர்கள். பின்னர் எழுபதுகளின் மத்தியில் இந்தியாவுக்கு ஏற்பட்ட சர்வதேச சிக்கல்களையும் நெருக்கடிகளையும் தங்களுக்குச் சாதகமாகப் பயன்படுத்தி, கச்சத்தீவைத் தங்களுக்குச் சொந்தமாக்கிக் கொள்வதற்கான முயற்சிகளைத் தீவிரப்படுத்தினர்.

இந்தியப் பிரதமர் இந்திரா காந்திக்கும் இலங்கைப் பிரதமர் சிறிமாவோ பண்டாரநாயகவுக்கும் இடையே நடைபெற்ற பேச்சுவார்த்தைகளின் பலனாக இந்தியாவுக்குச் சொந்தமான கச்சத்தீவை இலங்கைக்குத் தாரைவார்த்துக் கொடுக்க இந்திய அரசு முடிவுசெய்தது.

இந்தச் செய்தி வெளியில் கசிந்த நொடியில் இருந்தே தமிழ்நாடு அரசு, தமிழகத்து அரசியல் கட்சிகள், மீனவர் அமைப்புகள், தன்னார்வ அமைப்புகள் உள்ளிட்டோரிடம் இருந்து எதிர்ப்புக் குரல்கள் வலுக்கத் தொடங்கிவிட்டன. குறிப்பாக, ஆளுங்கட்சியான திமுக, முக்கிய எதிர்க்கட்சிகளான அதிமுக, ஸ்தாபன காங்கிரஸ், முஸ்லிம் லீக், ஃபார்வர்ட் ப்ளாக், தமிழ்நாடு கம்யூனிஸ்ட் கட்சி, தமிழரசு கழகம் உள்ளிட்டோர் கடுமையாக எதிர்ப்பு தெரிவித்தனர்.

கச்சத்தீவைத் தாரை வார்ப்பது தொடர்பாக அப்போது தமிழக அரசின் கருத்தைத் தெரிந்துகொள்ள விரும்பினார் பிரதமர் இந்திரா காந்தி. அதன் தொடர்ச்சியாக மத்திய அரசிடம் இருந்து தமிழ்நாடு முதலமைச்சர் கருணாநிதிக்குக் கடிதம் ஒன்று வந்தது. அப்போது கச்சத்தீவைத் தாரைவார்த்துக் கொடுக்கும் முடிவை தமிழக அரசு கடுமையாக எதிர்த்தது.

டெல்லி சென்ற முதலமைச்சர் கருணாநிதி கச்சத்தீவு தொடர்பாக பிரதமர் இந்திரா காந்தி, வெளியுறவுத்துறை அமைச்சர், வெளியுறவுத்துறை செயலாளர் ஆகியோரைச் சந்தித்து, கச்சத்தீவைத் தாரை வார்க்கும் முடிவு தமிழக மீனவர்களின் எதிர்காலத்தை ஊனப்படுத்திவிடும் என்று எச்சரித்தார்.

அனைத்து எதிர்ப்புகளையும் புறக்கணித்துவிட்டு, கச்சத்தீவை இலங்கைக்குத் தாரை வார்க்க முடிவுசெய்தார் பிரதமர் இந்திரா காந்தி. 26 ஜூன் 1974 அன்று இந்தியா - இலங்கை இடையே ஒப்பந்தம் கையெழுத்தானது. இந்தியாவுக்குச் சொந்தமான பகுதியாக இருந்த கச்சத்தீவு அதிகாரப்பூர்வமாக இலங்கைக்குச் சொந்தமானதாக மாற்றப்பட்டது.

மத்திய அரசின் முடிவுக்குத் தமிழகத்தில் பலத்த எதிர்ப்பு கிளம்பியது. முக்கிய அரசியல் கட்சித் தலைவர்கள் மத்திய அரசின் முடிவுக்குக் கடுமையான கண்டனங்களைப் பதிவுசெய்தனர். கச்சத்தீவு தாரைவார்ப்புக்கு எதிராக சட்டரீதியான நடவடிக்கைகள் எடுக்கப்படும் என்று ஜனசங்கத் தலைவர் அடல் பிஹாரி வாஜ்பாய் சொன்னதற்கிணங்க, அந்தக் கட்சியைச் சேர்ந்த வழக்கறிஞர் கிருஷ்ணமூர்த்தி சென்னை உயர்நீதிமன்றத்தில் வழக்கு தொடர்ந்தார்.

கச்சத்தீவு தாரை வார்க்கப்பட்டதற்கு எதிர்ப்பு தெரிவிக்கும் வகையிலும் அந்த முடிவை மறுபரிசீலனை செய்யக்கோரும் வகையிலும் முதலமைச்சர் தலைமையில் கூடிய அனைத்துக் கட்சிக் கூட்டத்தில் தீர்மானம் நிறைவேற்றப்பட்டது. அதேபோன்றதொரு தீர்மானம் தமிழக சட்டமன்றத்திலும் நிறைவேற்றப்பட்டது. தமிழகம் முழுவதும் கச்சத்தீவு தாரைவார்ப்பு எதிர்ப்புக் கூட்டங்கள் நடத்தப்பட்டன.

எத்தனைக் கண்டனங்கள், எத்தனை எதிர்ப்புகள், எத்தனைத் தீர்மானங்கள் வந்தாலும் சரி, தமது முடிவில் எந்த மாற்றமும் இல்லை என்று சொல்லிவிட்டார் பிரதமர் இந்திரா காந்தி. அவர் போட்ட கையெழுத்து தமிழக மீனவர்களின் எதிர்காலத்தையே கேள்விக்குறியாக்கியது.

கச்சத்தீவு தாரைவார்க்கப்பட்ட விவகாரத்தில் இந்திய, இலங்கை அரசுகள் நடந்துகொண்ட விதத்தைக் கொஞ்சம் உன்னிப்பாகக் கவனித்தால் இரண்டு முக்கியமான சந்தேகங்கள் எழுவதைத் தவிர்க்கமுடியாது.

முதல் சந்தேகம்

கச்சத்தீவு என்பது இந்தியாவுக்குச் சொந்தமானது என்பதற்கான அனைத்து விதமான ஆதாரங்களும் மத்திய, மாநில அரசுகளிடம் இருக்கின்றன. போதாக்குறைக்கு, தமிழ்நாட்டின் ஆளுங்கட்சி தொடங்கி பெரும்பாலான எதிர்க்கட்சிகள் வரை கச்சத்தீவைத் தாரை வார்க்க எதிர்ப்பு தெரிவிக்கிறார்கள். தமிழக மீனவர்கள் தங்கள் எதிர்காலத்தைப் பாழாக்கி விடாதீர்கள் என்று மத்திய அரசைப் பார்த்து அபயக்குரல் எழுப்புகிறார்கள். கச்சத்தீவைத் தாரைவார்த்துவிட்டால் தமிழக மீனவர்களின் எதிர்காலம் பாதிக்கும் என்பது மத்திய அரசுக்கு உள்ளங்கை நெல்லிக்கனியாகத் தெரிகிறது. இத்தனைக்குப் பிறகும் கச்சத்தீவைத் தாரை வார்க்க வேண்டும் என்ற முடிவில் பிரதமர் இந்திரா காந்தி பிடிவாதம் காட்டியது ஏன்?

இரண்டாவது சந்தேகம்

கச்சத்தீவு என்பது இந்திய (தமிழக) மீனவர்களுக்கு மட்டுமல்ல, இலங்கை மீனவர்களுக்கும் சேர்த்தே மீன்களை வழங்கிக் கொண்டிருக்கிறது. இருநாட்டு மீனவர்களுமே கச்சத்தீவால் பலன்பெற்று வருகிறார்கள். தவிரவும், இலங்கை மீனவர்கள் இந்தியக் கடற்பகுதியான கச்சத்தீவுக்கு வந்து மீன்பிடித்துச் செல்வதற்கு தமிழக மீனவர்களோ அல்லது இந்தியக் கடற் படையினரோ எந்தவிதமான எதிர்ப்பையோ, கட்டுப்பாடுகளையோ, கெடுபிடிகளையோ விதிப்பதில்லை. இத்தனைச் சாதகமான அம்சங்கள் இருந்தபோதும் கச்சத்தீவைத் தங்களுக்கு மட்டுமே சொந்தமாக்கிக் கொள்ளவேண்டும் என்று இலங்கை ஆட்சியாளர்கள் நினைப்பதற்கு வெறும் இலங்கை மீனவர்கள் நலன் மட்டுமே காரணமாக இருக்குமா? நிச்சயமாக இருக்காது. என்றால், கச்சத்தீவை வலுக்கட்டாயமாக வாங்கிக் கொண்டதன் பின்னணி என்ன?

மேலே எழுப்பபட்டுள்ள இருபெரும் கேள்விகளுக்கும் விடைதேட வேண்டும் என்றால் அதற்கு முன்னதாகக் கச்சத்தீவின் வரலாறு, புவியியல் மற்றும் பொருளாதார முக்கியத்துவம் பற்றிப் பூரணமாகப் புரிந்துகொள்ள வேண்டும். அதன்மூலமே கச்சத்தீவு தாரை வார்ப்பின் பின்னணியில் இருக்கும் அரசியல் முக்கியத்துவத்தைப் புரிந்துகொள்ள முடியும்.

03

Naval base
Fort Hammenhiel
Kayts
Neduntheevu
(Delft)
Katkad
Kachchatheevu
Rameaswaram
Thalai Mannaar
Adam's Bridge
Mann

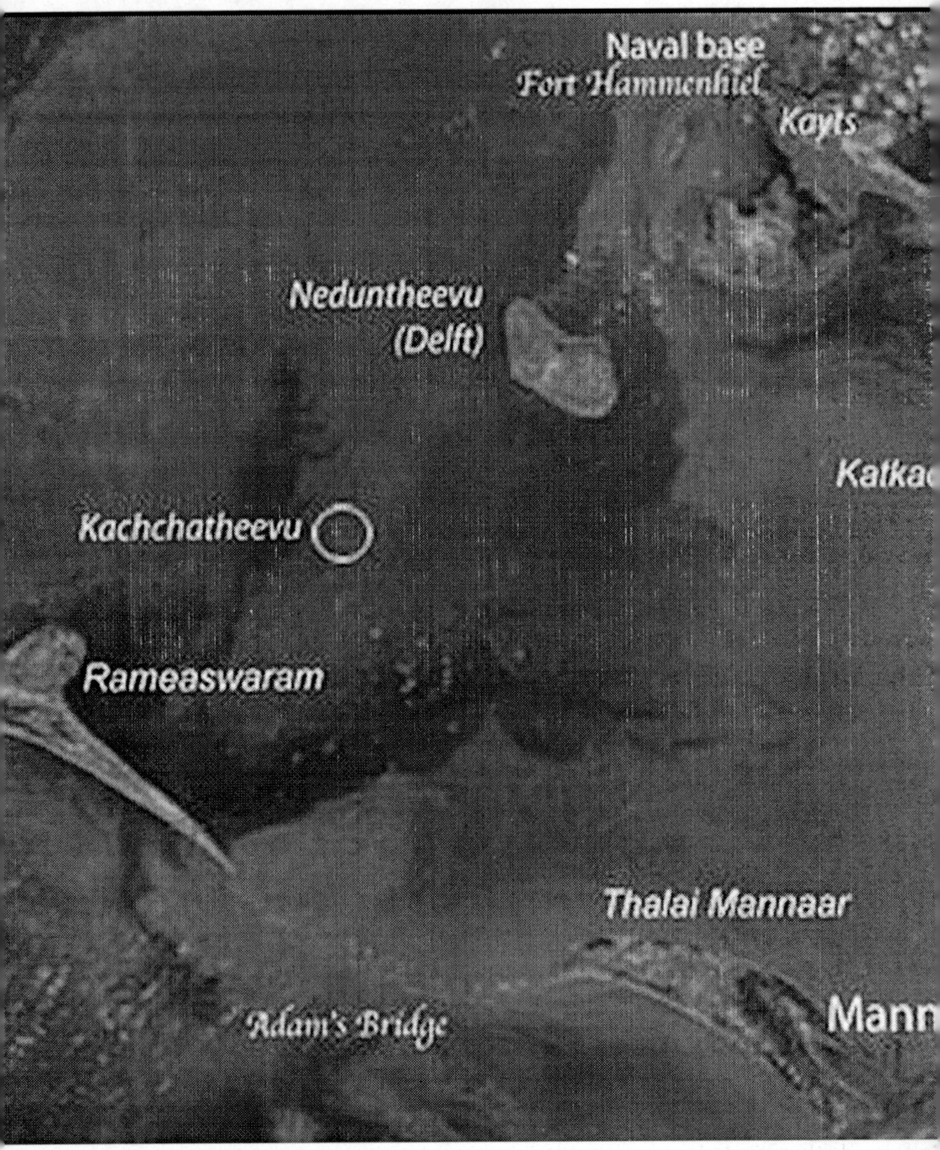

வரலாறு, புவியியல் மற்றும் பொருளாதாரம்

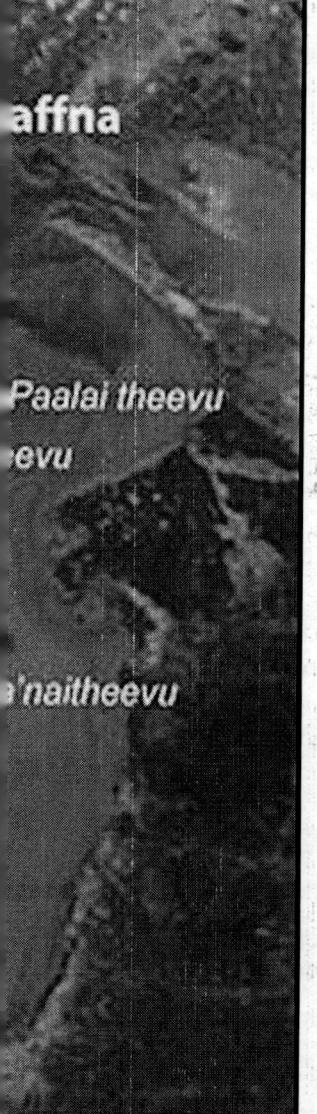

இந்தியாவுக்கும் இலங்கைக்கும் இடையிலான பாக் நீர்ச்சந்திப்பில், இந்தியாவின் தெற்குக் கடற்கரையில் இருக்கும் பாம்பன் தீவுக்கும் இலங்கையின் வடக்குக் கடற்கரையில் இருக்கும் டெல்த் தீவுக்கும் இடையே சமதொலைவில் உள்ள, ஆள் நடமாட்டம் அதிகம் இல்லாத, சின்னஞ்சிறு தீவின் பெயர், கச்சத்தீவு.

கி.பி. 1480 ஆம் ஆண்டு ஏற்பட்ட வீரியம் நிறைந்த கடல் கொந்தளிப்பு காரணமாக உருவான பன்னிரண்டு தீவுகளுள் ஒன்றான இந்தத்தீவுக்கு வாலித்தீவு என்றொரு பெயரும் உண்டு. (கச்சத்தீவு விவகாரம் தொடர்பாக ஆரம்பத்தில் ஜனசங்கமும் பின்னாளில் பாரதிய ஜனதா கட்சியும் ஆர்வம் செலுத்தியதற்கு இந்தப் பெயரும் ஒரு காரணம்). ராமேஸ்வரம், குந்துக்கால் (குத்துக்கால்), புனவாசல், முயல்தீவு, பூமரிசான் தீவு, முல்லைத்தீவு, மணல் தீவு, அப்பா தீவு, நல்ல தண்ணீர் தீவு, உப்புத்தண்ணீர் தீவு, குடுசடி தீவு ஆகியவையே இதர தீவுகள்.

ஏறக்குறைய ஒரு மைல் நீளமும் தொள்ளாயிரம் அடி அகலமும் கொண்ட கச்சத்தீவின் மொத்தப் பரப்பளவு 285.2 ஏக்கர். அதாவது, 1.15 சதுர கிலோமீட்டர் பரப்பளவு கொண்ட பகுதி. தூரம் என்று பார்த்தால் ராமேஸ்வரத்தில் இருந்து பதினெட்டு கிலோமீட்டர் பயணம் செய்தால் கச்சத்தீவில் கால் வைத்துவிடலாம். விசைப்படகு மூலம் பயணம் செய்தால் வெறும் இரண்டு மணிநேரப் பயணம்.

கச்சத்தீவுக்கு அருகில் கரும்பாறைகள் அதிகம் இருப்பதால் நூறு மீட்டருக்கு முன்னரே விசைப்படகில் இருந்து இறங்கி, கட்டுமரத்தில் ஏறித்தான் கச்சத்தீவுக்குச் செல்லவேண்டும். அதைப் போலவே, இலங்கையின் நெடுந்தீவில் இருந்து இருபத்தியெட்டு கிலோமீட்டர் பயணம் செய்தால் கச்சத்தீவு கண்ணில் பட்டுவிடும். (இலங்கைக் கடற்படையினரால் சுட்டுக் கொல்லப்படும் தமிழக மீனவர்களின் உடல்கள் சில சமயங்களில் நெடுந்தீவில் கரை ஒதுங்குவதற்குக் காரணமே இந்த மிகக்குறைந்த தொலைவுதான்.)

முட்டை வடிவத்தில் இருக்கும் கச்சத்தீவின் உள் அமைப்பு வித்தியாசமானது. மேற்குப் பகுதியில் உயர்ந்த பாறைகள் காணப்படும். கொஞ்சம் உள்ளே இறங்கினால் வெண்மை நிற மணல் திட்டுகள் தட்டுப்படும். பசுமை போர்த்திய புல் தரையில் நடக்கலாம். செடி, கொடிகளைப் பார்க்கலாம். புதர்களையும் பார்க்கலாம். இந்தச் செடி, கொடிகளுக்காகவே கச்சத்தீவை மேய்ச்சல் நிலமாகப் பயன்படுத்திக் கொள்பவர்களும் இருக்கிறார்கள். நடக்கும்போது ஆங்காங்கே சின்னஞ்சிறு குழிகளும் தென்படும். ஒரு ஆழ்கிணறுகூட அங்கே இருக்கிறது.

டார்குயின் என்ற பச்சை நிற ஆமைகள் கச்சத்தீவில் அதிகம் உண்டு. அதன் காரணமாகவும் கச்சத்தீவுக்குப் பச்சைத்தீவு என்றும் ஒரு பெயர் இருந்தது என்கிறார்கள். இன்னும் சில பேர், அந்த ஆமைகளுக்குக் கச்சம் என்று பெயர். அதனால்தான் இந்தத் தீவுக்குக் கச்சத்தீவு என்று பெயர் வந்ததாகச் சொல்கிறார்கள். எது எப்படி இருந்தாலும் கச்சத்தீவு வளம் நிறைந்த, செல்வம் கொழிக்கும் தீவு என்பதில் எந்தச் சந்தேகமும் இல்லை. கச்சத்தீவில் என்னென்ன கிடைக்கும் என்பதற்கான நீண்ட நெடிய பட்டியல் ஒன்றும் இருக்கிறது.

நோய்த் தீர்க்கும் மருந்துகளைத் தயாரிப்பதற்குத் தேவையான அரிய மூலிகைகள் கச்சத்தீவில் அதிகம் கிடைக்கின்றன. குறிப்பாக, சித்த மருத்துவத்துக்குத் தேவையான உமிரி போன்ற மூலிகைகள் மிகுதியாக வளர்ந்து கிடக்கின்றன. இந்த உமிரி மூலிகைகள் தீராத நோய்களை எல்லாம் தீர்த்துவைக்கும் என்பது அந்தப் பகுதி மக்களின் நம்பிக்கை மட்டுமல்ல, அனுபவமும்கூட. சாயா

மலர், கற்றாழை, கள்ளி, அல்லைக் கிழங்கு, வீணாரைக் கிழங்கு, கருவேல மரங்கள், பனை மரங்கள் ஆகியன கச்சத்தீவின் முக்கிய அடையாளங்கள்.

மீன்வளம் அதிகம் இருக்கும் தீவுகளுள் கச்சத்தீவு முக்கியமானது. விலை உயர்ந்த இறால்கள் இந்தப் பகுதியில்தான் அதிகம் கிடைக்கின்றன. ஆகவே, மீனவர்களின் நம்பிக்கை நட்சத்திரம் என்றே கச்சத்தீவை சொல்வார்கள். கடல் உணவு வகைகள் பற்றிய ஆராய்ச்சி நிறுவனம் அமைப்பதற்கேற்ற இடமும் கச்சத்தீவில் இருக்கிறது.

கச்சத்தீவைச் சுற்றியுள்ள கடற்பகுதியில் சங்குகள் அதிகம் கிடைக்கும் என்பதால் சங்குக் குளித்தல் முக்கியத் தொழிலாக இருந்தது. அதன் காரணமாகவே, அந்தப் பகுதியை சங்கு வயல், சங்குப்புட்டித் தீவு, சங்குப் புட்டித் தீடை என்று பல பெயர்களில் அழைத்துள்ளனர். சிமெண்ட் தயாரிக்கப் பயன்படும் கால்சியம் கார்பனேட் என்கிற வேதிப் பொருள் நிரம்பிய ஓடக்கல், சுண்ணாம்புக் கற்கள் ஆகியனவும் கச்சத்தீவு பகுதியில் கிடைக்கின்றன.

எல்லாவற்றையும் விட முக்கியமாக, கச்சத்தீவு பகுதியில் எண்ணெய் வளம் இருக்கக்கூடும் என்று சோவியத் ரஷ்யா நடத்திய ஆய்வுகள் தெரிவித்துள்ளன. கச்சத்தீவைச் சுற்றியுள்ள பகுதியில் கிடைக்கும் சங்கு, முத்து மற்றும் பவளப் பாறைகள் ஆகியன இந்திய மீனவர்களுக்குக் காலம் காலமாக வருமானம் கொடுத்து வருகின்றன.

தமிழக மீனவர்களின் வாழ்வாதாரமாக இருக்கின்ற கச்சத்தீவு, ராணுவ ரீதியாகவும் முக்கியத்துவம் வாய்ந்த பகுதி. பாக் நீர்ச்சந்திப்பு மற்றும் மன்னார் வளைகுடாவில் கப்பற்படை அரண் அமையும் பட்சத்தில் அதன் மையங்களில் ஒன்றாகக் கச்சத்தீவை அமைக்கலாம். நீர்மூழ்கிக் கப்பல் பயிற்சிக்களத்தை ஏற்படுத்துவதற்கு ஏதுவான இடமாக கச்சத்தீவு இருக்கிறது.

தென்கிழக்கு ஆசிய நாடுகளிலும் வடகிழக்கு ஐரோப்பிய நாடுகளிலும் இந்தோனேசியத் தீவுகளில் அமைக்கப்படும் ஏவுகணைத் தளங்களின் இலக்குகளுக்கு நேர்எதிராக ஏவுகணைத் தளம் அமைக்கப்படும் இடங்களில் ஒன்றாகவும் கச்சத்தீவை வைக்கலாம். போர் விமானங்கள் தாற்காலிகமாக இறங்குவதற்கான திட்டு அமைப்பதற்கு கச்சத்தீவு வசதியான பகுதி.

இந்தியா மீது போர் தொடுக்க விரும்பும் நாடு இலங்கை வழியாக நம்மைத் தாக்குவதற்கு வாய்ப்புகள் அதிகம். அந்த ஆபத்தைத்

தகர்க்க கச்சத்தீவு பொருத்தமான பகுதி. அணுப்படைத் தளம் அமைப்பதற்கு ஏற்ற சூழல் கச்சத்தீவில் உண்டு. முக்கியமாக, கடற்படையினருக்கும் நீர் மூழ்கிக் கப்பல் படையினருக்கும் பயிற்சிக்களமாக இருக்கவும், நீர்மூழ்கிக் கப்பல்கள், போர்ப் படகுகள் ஆகியவற்றைச் செப்பனிடுவதற்கான இடமாகவும் கச்சத்தீவைப் பயன்படுத்திக் கொள்ளமுடியும்.

போர் விமானங்கள் தற்காலிகமாக இறங்குவதற்கான திட்டு அமைக்கவும், செய்தித் தொடர்பு நிலையம், தொலை நிலை இயக்கமானி நிலையம் ஆகியவற்றை அமைக்கவும் வசதியான இடமாகக் கச்சதீவு கருதப்படுகிறது. தவிரவும், கடலில் எச்சரிப்புக் கருவிகளாகப் பயன்படும் மிதவைகள், கப்பல் - படகுகள் நிலைப்படுத்தப் பயன்படும் மிதவைகள் ஆகியவற்றின் மையமாகவும் கச்சத்தீவைப் பயன்படுத்த முடியும்.

முக்கியமாக, இந்திய ராணுவம் போர்ப்பயிற்சி செய்வதற்குப் பொருத்தமான இடம். இரண்டாம் உலகப்போர் நடந்த சமயத்தில் பிரிட்டிஷ் கடற்படையினர் வெடிகுண்டுகளை வீசிப் பயிற்சி எடுப்பதற்கான தளமாகக் கச்சத்தீவைப் பயன்படுத்தியுள்ளனர்.

இத்தனையும் கச்சத்தீவின் பெருமைகள். சிறப்பம்சங்கள். பொருளாதார ரீதியாக மீனவர்களுக்குப் பலன் கொடுத்து வருகின்ற கச்சத்தீவு, பாதுகாப்பு மற்றும் ராணுவ ரீதியாக இந்தியாவுக்கே மிகப்பெரிய அரணாக அமையக் கூடியது. இத்தனை அம்சங்களும் கொண்ட கச்சத்தீவு ஒருகாலத்தில் சோழ மன்னர்கள் தங்கி ஓய்வெடுப்பதற்காகப் பயன்படுத்தப்பட்டுள்ளது என்கின்றன வரலாற்று ஆவணங்கள்.

சோழ மன்னர் ராஜராஜ சோழன் தனக்குச் சொந்தமான சேது நாட்டை நிர்வாகம் செய்வதற்காக சில தளபதிகளை நியமனம் செய்திருந்தார். சேது நாட்டின் தலைநகரம் ராமநாதபுரம். சேதுநாட்டை ஆண்ட முதல் மன்னரின் பெயர் உடையான ரகுநாத சேதுபதி. இயற்பெயர், சடைக்கத் தேவர். 1685ல் சேது நாட்டின் நிர்வாகப் பொறுப்பை ஏற்றுக்கொண்ட ரகுநாத சேதுபதியின் ஆளுகைக்கு உட்பட்ட பகுதிகள் என்று பார்த்தால் 69 கடற்கரை ஊர்கள் மற்றும் எட்டு தீவுகள். அவற்றில் கச்சத்தீவும் ஒன்று.

மதுரையைத் தலைநகராகக் கொண்டு ஆட்சி செய்த பாண்டிய மன்னர் திருமலை நாயக்கருக்குக் கச்சத்தீவின் மீதும் அதனைச் சுற்றிய கடற்பகுதிகளின் மீதும் ஒரு கண். காரணம், அவற்றின் வளம். உடனடியாக சேது நாட்டின் மீது படையெடுத்தார். ஒத்தாசைக்குப் போர்த்துகீசியப் படையினரையும் அழைத்துக் கொண்டார். ஆனால்

சேது மன்னர்கள் சாதுரியமாகப் போரிட்டு, சேது நாட்டையும் கச்சத்தீவையும் எதிரிகளிடம் இருந்து காப்பாற்றினர்.

பிறகு டச்சுக்காரர்கள் ராமேஸ்வரம் பகுதியைக் கைப்பற்றும் நோக்கத்துடன் படைதிரட்டி வந்தனர். சோழ மன்னர்களின் ஆதரவுடன் அந்த முயற்சியும் தடுத்து நிறுத்தப்பட்டது. ரகுநாத சேதுபதிக்குப் பிறகு சேது நாட்டைப் பல மன்னர்கள் ஆட்சி செய்தனர். 1726 முதல் 1730 வரை பவானி சங்கர் சேது மன்னர் ஆட்சி செய்தார். அவரைத் தொடர்ந்து 1730 முதல் 1735 வரை குமார விஜயமுத்து ரகுநாத சேது மன்னரும் 1735 முதல் 1747 வரைசிவகுமார முத்து விஜயரகுநாத சேது மன்னரும் 1747 முதல் 1749 வரை ராக்கத் தேவரும் 1749 முதல் 1762 வரை செல்லமுத்து விஜயரகுநாத சேது மன்னரும் ஆட்சி செய்தனர்.

இறுதியாக ஆட்சி செய்தவர் முத்து ராமலிங்க விஜய ரகுநாத சேதுமன்னர். 1763 தொடங்கி 1795 வரை ஆட்சி செய்த இவருடைய காலத்தில்தான் சேது நாடு பிரிட்டிஷாரின் ஆளுகையின் கீழ் வந்தது. பல ஆண்டுகளாக சேது நாட்டின் மீது குறிவைத்திருந்த கிழக்கிந்திய கம்பெனியினர் எதிர்பாராத சமயத்தில் திடுதிப்பென பெரும்படையுடன் வந்து தாக்குதல் தொடுத்தனர். சமாளிக்க முடியாமல் திணறிய சேது மன்னர், ஒருகட்டத்தில் கிழக்கிந்தியக் கம்பெனிப் படையினரால் கைது செய்யப்பட்டார். அந்த நொடியில் இருந்து சேது நாடு முழுமையாகக் கிழக்கிந்தியக் கம்பெனியின் வசம் சென்றுவிட்டது.

சேது நாடு தங்களுடைய ஆளுகைக்கு வந்தபிறகு அதன் நிர்வாக முறையில் ஒரு புதிய மாற்றத்தைக் கொண்டுவந்தனர் பிரிட்டிஷார். அங்கே அதுநாள் வரை அமலில் இருந்த மன்னராட்சி முடிவுக்குக் கொண்டுவரப்பட்டது. 1803 முதல் ஜமீன்தாரி முறை அமலுக்கு வந்தது. நேற்றுவரை சுதந்தர மன்னர்களாகச் செயல்பட்டவர்கள் இனிமேல் பிரிட்டிஷார் ஆட்சிக்கு உட்பட்ட ஜமீன்தார்கள் அல்லது குறுநில மன்னர்கள் என்ற நிலைக்குக் கீழிறக்கப்பட்டனர்.

போரின் மூலம் தாங்கள் வென்ற பகுதியைத் தாங்களே நிர்வகிக்காமல் ஏன் மன்னர்கள் மற்றும் ஜமீன்தார்களையே நிர்வகிக்கச் சொல்ல வேண்டும்?

பிரிட்டிஷார் கடைப்பிடித்த நுணுக்குமான உத்தி அது. தாங்களே நேரடியாகக் களத்தில் இறங்கி ஆட்சி செய்வதைக் காட்டிலும் தங்களுடைய பிரதிநிதியாக இன்னொருவரை ஆட்சி செய்ய வைப்பது பிரிட்டிஷாருக்கு எளிதாக இருந்தது. மக்களின் அன்றாடப் பிரச்னைகள் ஒவ்வொன்றையும் நேரடியாகக் கவனித்து,

ஆகவேண்டிய காரியங்களைச் செய்து, குடிமக்களின் பிரச்னைகளைத் தீர்த்துவைப்பதைக் காட்டிலும், அந்தக் காரியங்களைச் செவ்வனே செய்கின்ற தங்களுடைய பிரதிநிதிகளான மன்னர்களையோ, ஜமீன்தார்களையோ கண்காணிப்பதும் கட்டுப்படுத்துவதும் அவர்களுக்குச் சுலபமாக இருந்தது. இப்படித்தான் இந்தியா முழுமையையும் பிரிட்டிஷார் தங்கள் கட்டுப்பாட்டுக்குள் கொண்டுவந்தனர்.

1803ல் ராமநாதபுரம் ஜமீனின் முதல் ஜமீன்தாராக ராணி மங்களேஸ்வரி நாச்சியார் பொறுப்பேற்றுக் கொண்டார். காரணம், மன்னர் முத்துராமலிங்க சேதுபதி மரணம் அடைந்துவிட்டதால் அவருடைய தமக்கையான ராணி மங்களேசுவரி ஜமீன்தாரினியாக நியமிக்கப்பட்டார். நாச்சியாரின் ஆளுகைக்கு உட்பட்ட பகுதியில் இருபதுக்கும் மேற்பட்ட தீவுகள் இணைக்கப்பட்டன. அவற்றில் கச்சத்தீவும் ஒன்று.

ராமநாதபுரம் ராணி மங்களேஸ்வரிக்கு கிழக்கிந்தியக் கம்பெனி எழுதிக் கொடுத்த ஆவணங்களில் கச்சத்தீவு என்பது ராமநாதபுரம் சமஸ்தானத்துக்குப் பாத்தியப்பட்டது என்று தெளிவாகவே கூறப்பட்டிருந்தது. கச்சத்தீவு பகுதியில் வரிவசூல் செய்யும் உரிமை ராணி மங்களேஸ்வரி நாச்சியாருக்கு உண்டு என்பதுதான் அதன் அர்த்தம்.

ராணி மங்களேஸ்வரி நாச்சியாருக்குப் பிறகு ராமநாதபுரம் ஜமீனை முத்து விஜய ரகுநாத சேதுபதி என்பவரும் விஜயரகுநாத ராம சாமி சேது மன்னரும் நிர்வகித்தனர். இதற்கிடையே 1822 ஆம் ஆண்டு ராமநாதபுரம் ஜமீனுக்குச் சொந்தமான கச்சத்தீவைப் பயன்படுத்திக்கொள்ள பிரிட்டிஷார் விரும்பினர். அதற்காக ராமநாதபுரம் ஜமீனுக்கு முறைப்படிப் பணம் செலுத்தி கச்சத்தீவைக் குத்தகையாகப் பெற்றுக் கொண்டனர். இதற்காக இஸ்திமிரார் சன்னத் என்கிற ஒப்பந்தத்தை ராமநாதபுரம் ஜமீனுக்கு எழுதிக்கொடுத்தது கிழக்கிந்தியக் கம்பெனி நிர்வாகம். அதன்மூலம் 69 கடற்கரை ஊர்களில் வாணிபம் செய்துகொள்ளவும் எட்டு தீவுகளைப் பயன்படுத்திக்கொள்ளவும் உரிமை வழங்கப்பட்டது.

மங்களேஸ்வரி நாச்சியாருக்குப் பிறகு முத்து விஜய ரகுநாத சேதுபதி, விஜய ரகுநாத ராமசாமி, துரைராசா நாச்சியார், ராணி பர்வதவர்த்தினி நாச்சியார், முத்துராமலிங்க சேதுமன்னர் என்று ஐந்து ஜமீன்தார்கள் அடுத்தடுத்து ராமநாதபுரம் ஜமீனை நிர்வகித்தனர். எட்டாவது ஜமீன்தாராக பாஸ்கர சேதுமன்னர் பொறுப்பேற்றார். அதுநாள்வரை

கிழக்கிந்தியக் கம்பெனிக்கு மட்டுமே குத்தகைக்கு விடப்பட்டு வந்த கச்சத்தீவு உள்ளிட்ட ராமநாதபுரம் சமஸ்தானத்தின் சில பகுதிகள் இவருடைய ஆட்சிக் காலத்தில்தான் தனிநபர்களுக்குக் குத்தகைக்கு விடப்பட்டன.

முகமது அப்துல் காதர் மரைக்காயர், முத்துசாமி பிள்ளை என்ற இரண்டு பேரும் ராமநாதபுரம் மாவட்ட சிறப்பு துணை ஆட்சியராக இருந்த எட்வர்டு டர்னரிடம் இருந்து எட்டு கிராமங்களையும் நான்கு தீவுகளையும் 23 ஜூன் 1880 அன்று கூட்டாகக் குத்தகைக்கு எடுத்துக் கொண்டனர். அவற்றில் கச்சத்தீவும் ஒன்று. நோய் தீர்க்கும் வல்லமை கொண்ட சாயவேர்களைச் சேகரித்துக் கொள்வதற்காகவே இந்தக் குத்தகை நடந்தது.

குத்தகையின் ஒப்பந்தக் காலம் முடிந்தபிறகு ராமநாதபுரம் ஜமீனின் மேலாளராக இருந்த டி. ராஜா ராமராயரிடமிருந்து கச்சத்தீவு உள்ளிட்ட சில பகுதிகளை 1885 ஆம் ஆண்டில் குத்தகைக்கு எடுத்துக்கொண்டார் முத்துசாமி பிள்ளை. 1913ல் சென்னை மாகாண அரசு கச்சத்தீவையும் அதைச் சுற்றியிருக்கும் கடற்பகுதிகளையும் ராமநாதபுரம் ஜமீன்தாரிடம் இருந்து குத்தகைக்குப் பெற்றது. பதினைந்து ஆண்டுகளுக்கு இந்த ஒப்பந்தம் செய்துகொள்ளப்பட்டது. அந்த ஒப்பந்தத்தை சென்னை மாகாண அரசு செய்துகொண்டதன் நோக்கமே, கச்சத்தீவு உள்ளிட்ட பகுதிகளில் மீனவர்களுக்கு மீன்பிடி உரிமையை வழங்கவேண்டும் என்பதற்காகத்தான்.

அப்போது ராமநாதபுரம் ஜமீன்தாராக இருந்தவர் ராஜ ராஜேஸ்வர சேது மன்னர். பின்னாளில் நீதிக்கட்சியில் சேர்ந்து சட்டமன்ற உறுப்பினராகத் தேர்ந்தெடுக்கப்பட்டவர். ஒப்பந்தத்தில் குறிப்பிட்டுள்ள பகுதிகளில் சங்குகளை எடுக்கவும், படகுகள் - வலைகள் உள்ளிட்ட கருவிகளைக் கொண்டுவந்து சங்குகளைத் தேடவும் பிரத்யேக உரிமை வழங்கியது அந்தக் குத்தகை ஒப்பந்தம்.

பின்னர் 1 ஜூலை 1947 தொடங்கி 30 ஜூன் 1949 வரை மீண்டும் ஒருமுறை கச்சத்தீவு குத்தகைக்கு விடப்பட்டது. இதற்கான குத்தகை ஒப்பாவணம் ராமநாதபுரம் துணைப்பதிவாளர் அலுவலகத்தில் இருக்கிறது. ஆங்கிலேயர்கள் தொடங்கி முகமது அப்துல் காதர் மரைக்காயர், முத்துசாமி பிள்ளை போன்ற தனியார்கள், சென்னை மாகாண அரசு என்று பலரும் கச்சத்தீவு உள்ளிட்ட பகுதிகளைப் பல்வேறு காலகட்டங்களில் குத்தகைக்கு எடுத்திருக்கிறார்கள். கச்சத்தீவு உள்ளிட்ட பகுதிகள் குத்தகைக்கு விடப்படுவதும் ஒப்பந்தக் காலம் முடிந்ததும் மீண்டும் ராமநாதபுரம் ஜமீனுடைய

கட்டுப்பாட்டில் வருவதும் தொடர்ச்சியாக நடந்துவந்த சங்கதிகள். அனைத்து குத்தகைகளுக்குமான ஆதாரங்களும் ராமநாதபுரம் பதிவாளர் அலுவலகங்களிலும் ஜமீன் குறிப்புகளிலும் இருக்கின்றன.

கச்சத்தீவு பகுதியில் தமிழக மீனவர்களைப் போலவே இலங்கை மீனவர்களும் மீன்பிடித்தலில் ஈடுபட்டு வந்தனர் என்பதைத் தொடக்கத்திலேயே சொல்லியிருக்கிறோம். இப்போது இருப்பது போலவே அப்போதும் எல்லை தாண்டிச் செல்லுதல் என்ற நடைமுறை புழக்கத்தில் இருந்தது. இலங்கை மீனவர்கள் இந்தியக் கடற்பகுதிக்குள் நுழைந்து மீன்பிடிப்பதும் தமிழக மீனவர்கள் இலங்கைக் கடற்பகுதிக்குள் மீன் பிடிப்பதும் வெகு இயல்பாக நடந்துகொண்டிருந்தன.

மீனவர்களைப் பொறுத்தவரை எல்லை தாண்டிச் செல்லுதல் என்பது வெகு இயல்பான விஷயம். அவர்களுக்குக் கடல் எல்லை என்பதெல்லாம் ஒரு பொருட்டே அல்ல. அவர்களைப் பொறுத்தவரை எங்கெல்லாம் மீன்கள் அதிகம் கிடைக்கின்றனவோ அங்கெல்லாம் செல்வார்கள்; மீன்பிடிப்பார்கள். இது இந்திய மீனவர்களுக்கு மட்டுமே பொருந்தக்கூடிய ஒன்றல்ல. இலங்கை மீனவர்கள், பாகிஸ்தான் மீனவர்கள் என்று உலகம் தழுவிய அளவில் மீனவர்களின் நிலைப்பாடு இதுதான்.

உண்மையில் நிலத்தை நம்பித் தொழில் செய்பவர்களுக்கும் நீரை நம்பித் தொழில் செய்பவர்களுக்கும் சில அடிப்படை வேறுபாடுகள் இருக்கின்றன. நிலத்தை நம்பித் தொழில் செய்பவர்களுக்கு மிகவும் வெளிப்படையான எல்லைகளும் வரம்புகளும் இருக்கின்றன. இந்தப் பகுதி இவருக்குச் சொந்தமானது, அந்தப் பகுதிக்கு அவருக்குச் சொந்தமானது என்று தனி நபர்களுடைய கட்டுப்பாட்டில் நிலப்பகுதிகள் இருக்கின்றன.

ஆனால் கடல் பகுதி என்பது எந்தத் தனி நபருக்கும் சொந்தமானது அல்ல. சம்பந்தப்பட்ட நாடுகளின் அரசுகளுக்குச் சொந்தமானது. மீனவர்களைப் பொறுத்தவரை கடல் முழுமையும் அவர்களுக்கே சொந்தம் என்ற எண்ணத்துடன் வாழ்பவர்கள். அவர்களுடைய செயல்பாடுகளை நாடுகளும் அரசுகளும் போடுகின்ற எல்லைகள் என்றைக்குமே கட்டுப்படுத்துவதில்லை.

ஒரு இடத்தில் மீன்கள் அதிக அளவில் கிடைக்கின்றனவா, வாருங்கள். அங்கே போய் மீன்பிடித்துவரலாம் என்பதுதான் மீனவர்களுடைய ஏகோபித்த அணுகுமுறை. இந்திய, இலங்கை மீனவர்கள் மட்டுமல்ல, ஜப்பான், சீனா, தைவான், தென்கொரியா,

பாகிஸ்தான் என்று அனைத்து நாட்டு மீனவர்களுக்கும் இதுதான் அணுகுமுறை.

இரு தரப்பினருக்கும் பிரச்னைகள் ஏதும் வராத வரைக்கும் இந்த அணுகுமுறையை, நடைமுறையை சம்பந்தப்பட்ட அரசுகள் மௌனமாக வேடிக்கைப் பார்த்துக்கொண்டிருக்கலாம். ஆனால் இரு தரப்புக்கும் இடையே மோதல்கள் ஏற்படும் பட்சத்தில் அரசாங்கங்கள் அமைதிகாக்க முடியாது அல்லவா! அந்த மாதிரியான சூழ்நிலைகள் பிரிட்டிஷ் இந்தியா, பிரிட்டிஷ் இலங்கை மீனவர்களுக்கு இடையே உருவான சமயத்தில்தான் இருநாடுகளுக்கும் இடையேயான கடல் எல்லைகளைத் தீர்க்கமாக வகுத்துக் கொள்ள இருநாட்டு ஆட்சியாளர்களும் தயாராகினர்.

எல்லை வகுப்பது தொடர்பாக பிரிட்டிஷ் இந்தியா, பிரிட்டிஷ் இலங்கை இடையே சில கடிதப் பரிவர்த்தனைகள் நடத்தப்பட்டன. ஆனால் எந்தவிதமான முடிவும் எடுக்கப்படவில்லை. வெறுமனே காகிதங்கள் பேசிக்கொண்டிருப்பதற்குப் பதிலாக சம்பந்தப்பட்ட நாடுகளைச் சேர்ந்த அதிகாரிகள், நிர்வாகிகள் அளவில் பேச்சு வார்த்தை நடத்தினால் பலன் கிடைக்கும் என்ற யோசனை முன்வைக்கப்பட்டது.

இரண்டு நாடுகளின் சம்மதத்துடன் 24 அக்டோபர் 1921 அன்று மாநாடு ஒன்றுக்கு அழைப்பு விடுக்கப்பட்டது. கச்சத்தீவு விவகாரம் தொடர்பாக இருநாட்டு அரசுகளுக்கும் இடையே அதிகாரப்பூர்வமாக நடைபெற்ற முதல் நேரடிப் பேச்சுவார்த்தை இதுதான்.

04

கச்சத்தீவும் செல்லாத ஒப்பந்தமும்

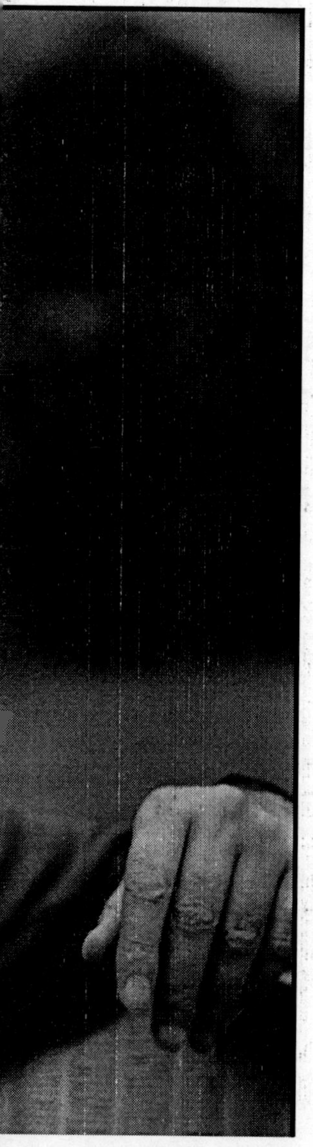

பிரிட்டிஷ் இந்தியா, பிரிட்டிஷ் இலங்கை என்ற இரு நாடுகளுக்கு இடையே கடல் எல்லைகளைப் பிரித்துவிட்டால் சம்பந்தப்பட்ட நாடுகளின் மீனவர்களுக்கு இடையே எந்தப் பிரச்னையும் ஏற்படாது என்ற நம்பிக்கையோடு இருதரப்பு மாநாடு கூடியது.

மாநாட்டுக்கு பிரிட்டிஷ் இந்தியாவின் சார்பாக சி.டபிள்யூ.ஈ. காட்டன் என்பவர் தலைமையில் சென்னை மாகாண அதிகாரிகள் குழு சென்றது. அந்தக் குழுவில் கேப்டன் ஃபின்னிஸ், ஹார்னெல், லீச் ஆகிய அதிகாரிகள் இடம்பெற்றிருந்தனர். பிரிட்டிஷ் இலங்கை சார்பாக ஹார்ஸ்பெர்க் என்பவர் தலைமையிலான அதிகாரிகள் குழு கலந்து கொண்டது. அந்தக் குழுவில் கான்ஸ்டாண்டைன், இங்க்லைஸ், பியர்சன் ஆகிய அதிகாரிகள் இடம்பெற்றிருந்தனர்.

அந்த மாநாட்டில் தொடக்கத்தில் இருந்தே பிரச்னைகள் எழ ஆரம்பித்து விட்டன. கடல் எல்லையை வகுப்பதில் இலங்கை அதிகாரிகள் சில தீர்க்கமான முன்முடிவுகளுடன் வந்திருந்தனர். குறிப்பாக, இலங்கை, இந்தியாவுக்கு இடையே சமதூரத்தில் அமையும் மத்தியக் கோட்டையே எல்லையாக வகுக்கவேண்டும்; கச்சத்தீவும் அதற்கு மேற்கே உள்ள மூன்று மைல் பகுதிகளும் இலங்கையின் எல்லைக்குள் வரவேண்டும் என்றார் இலங்கைக் குழுவினருக்குத் தலைமை வகித்த அதிகாரி ஹார்ஸ்பர்க்.

எல்லைகள் வகுப்பதற்கான பேச்சுவார்த்தை மாநாடு என்று கூட்டிவிட்டு, திடுதிப்பென கச்சத்தீவு தங்களுக்கு வேண்டும் என்று பிரிட்டிஷ் இந்திய அதிகாரிகள் (சென்னை மாகாண அதிகாரிகள் குழு) எதிர்பார்க்கவில்லை. தவிரவும், இப்படியான கோரிக்கை மாநாட்டில் எழுப்பப்பட்டால் அதை எப்படி எதிர்கொள்வது என்பது குறித்த தேவையான அறிவுரைகளோ அல்லது அதிகாரங்களோ பிரிட்டிஷ் இந்திய அதிகாரிகளுக்குத் தரப்படவில்லை. இருப்பினும், கச்சத்தீவு ராமநாதபுரம் ராஜாவுக்குச் சொந்தமான பகுதி என்பதால் அதை இலங்கைக்குக் கொடுப்பது சாத்தியமில்லை என்று சொல்லி மறுப்பு தெரிவித்தனர் பிரிட்டிஷ் இந்திய அதிகாரிகள்.

ஆனால் இலங்கை அதிகாரிகளோ கச்சத்தீவு தங்களுக்குத்தான் சொந்தம் என்பதில் விடாப்பிடியாக இருந்தனர். கச்சத்தீவை இலங்கைக்குத் தராவிட்டால் மாநாட்டையே முறித்துக் கொள்ளலாம் என்று ஆவேசப்பட்டார் இலங்கை அதிகாரி ஹார்ஸ்பர்க். பிரிட்டிஷ் இந்திய அதிகாரிகளோ தர்மசங்கடத்தில் நெளிந்தனர். அவர்களைப் பொறுத்தவரை கச்சத்தீவையும் இழந்துவிடக்கூடாது; கடல் எல்லைகளையும் தீர்க்கமாக வகுக்கவேண்டும்; மாநாட்டையும் பாதியில் முடித்துவிடக்கூடாது. பிரச்னையைச் சுமூகமாகக் கையாளும் முயற்சியில் பிரிட்டிஷ் அதிகாரிகள் இறங்கினர். ஆனால் பிரிட்டிஷ் இலங்கை அதிகாரிகளோ தங்களுடைய நிலையில் இருந்து கொஞ்சமும் இறங்கிவரத் தயாராக இல்லை.

நிலைமையை சரிசெய்யும் வகையில் கொஞ்சம் இறங்கிவரத் தயாராகினர் பிரிட்டிஷ் இந்திய அதிகாரிகள். கச்சத்தீவின் மீதான ஜமீன்தாரி உரிமைகள் ராமநாதபுரம் ராஜாவிடமே நீடிக்கின்றன. ஆகவே, கச்சத்தீவு யாருக்குச் சொந்தம் என்பது பற்றியெல்லாம் பின்னால் உட்கார்ந்து, பேசி, விரிவாக விவாதித்து முடிவுசெய்துகொள்ளலாம். இப்போதைக்கு இருதரப்புக்கும் இடையேயான முக்கியப்பிரச்னை என்பது மீன்பிடி எல்லைதான்.

ஆகவே, அதற்கு மட்டும் இப்போதைக்கு எல்லைகளை வகுத்துக் கொள்ளலாம். இதுதான் இந்திய அதிகாரிகள் சொன்ன திட்டம்.

இந்த சமரச ஏற்பாட்டுக்கு பிரிட்டிஷ் இலங்கை அதிகாரிகள் சம்மதம் தெரிவித்தனர். அதன்படி, கச்சத்தீவுக்கு மேற்கே மூன்று மைல்கள் வரை இலங்கைக்கு மீன்பிடி எல்லைகள் வகுக்கப்பட்டது. அதேசமயம், பிரிட்டிஷ் இந்திய அதிகாரிகளுக்கு ஒரு உத்தரவாதம் வழங்கப்பட்டது. 'இது இடைக்கால முடிவுதான். ஆகவே, எதிர்காலத்தில் இந்திய அரசோ அல்லது சென்னை மாகாண அரசோ கச்சத்தீவின் மீது உரிமை கொண்டாடுவதற்கு இந்த முடிவு ஒரு தடையாக இருக்காது' என்பதுதான் அந்த உத்தரவாதம்.

பிரிட்டிஷ் இலங்கை அதிகாரிகளுக்கு அளவற்ற மகிழ்ச்சி. ஆனாலும் எதையும் வெளிப்படையாகக் காட்டிக் கொள்ளவில்லை. பாதிக்கும் மேலான வெற்றியைப் பெற்றுவிட்டோம். இப்போதைக்கு இதுபோதும். கிடைத்துள்ள உரிமையை வைத்துக்கொண்டு பின்னாளில் நினைத்தை எல்லாம் சாதித்துக்கொள்ளலாம் என்ற நம்பிக்கை வந்துவிட்டது அவர்களுக்கு. போனால் போகிறது என்று இந்தியாவுக்கு விட்டுக் கொடுத்து விட்டது போல மௌனமாகத் தலையசைத்தனர்.

மீன்பிடி எல்லைக்கோடு தீர்மானிக்கும் பணிகள் முடிந்தபோது, 'நிச்சயம் சாதித்து விட்டோம்' என்ற மகிழ்ச்சியுடன் பிரிட்டிஷ் இலங்கை அதிகாரிகள் புறப்பட்டனர். ஆனால் எதைப் பெற்றோம், எதைப் பறிகொடுத்தோம் என்ற விவரங்கள் எதுவும் தெரியாமலேயே பிரிட்டிஷ் இந்திய அதிகாரிகள் புறப்பட்டனர்.

இந்திய அதிகாரிகளின் மனத்துக்குள் இருந்த ஒரே மகிழ்ச்சி என்னவென்றால், கச்சத்தீவு பகுதியில் உள்ள சங்குப் படுகைகள் அனைத்தும் பிரிட்டிஷ் இந்தியாவின் எல்லைப் பகுதிக்குள் வருகின்றன, இலங்கைப் பகுதிக்குள் செல்லவில்லை. அந்த வகையில் இந்தியாவுக்கு எந்தவிதமான நட்டமும் ஏற்படவில்லை என்பதுதான்.

எல்லை வகுத்தது தொடர்பான செய்திகளை மாநாட்டில் கலந்துகொண்ட பிரிட்டிஷ் இந்திய அதிகாரிகள் காலனி அலுவலக அதிகாரிகளிடம் எடுத்துக் கூறினார்கள். ஆனால் அந்த அதிகாரிகள் சொல்வதை காலனி அலுவலக அதிகாரிகள் ஏற்கவே இல்லை. மாநாடு கூடியதன் நோக்கம் வேறு, நீங்கள் போட்டுள்ள ஒப்பந்தம் வேறு; ஆகவே, மீன்பிடி எல்லை வகுப்பு தொடர்பாகப் போடப்பட்டுள்ள ஒப்பந்தத்தை எங்களால் ஏற்றுக் கொள்ளமுடியாது என்று கறாராகச் சொல்லி விட்டனர் காலனி அலுவலக அதிகாரிகள்.

ஒப்பந்தத்தை காலனி அலுவலகம் ஒப்புக்கொள்ள மறுத்து விட்டால் ஒப்பந்தத்துக்கு சட்டப்பூர்வ அங்கீகாரம் கிடைக்காது என்று அர்த்தம். ஆகவே, மாநாட்டில் போடப்பட்ட ஒப்பந்தம் செல்லாது என்று சொல்லிவிட்டார் பிரிட்டிஷ் இந்தியாவின் வெளியுறவுத்துறை செயலாளர்.

ஆக, செல்லாத ஒப்பந்தத்தை வைத்துக்கொண்டுதான் கச்சத்தீவு எங்களுக்கே சொந்தம் என்று தொடர்ந்து சாதித்துக் கொண்டிருந்தது இலங்கை அரசு. அந்தக் காலகட்டத்தில் இருதரப்பு மீனவர்களுக்கும் இடையே சின்னச்சின்னப் பிரச்னைகள் எழுவதும் பின்னர் அடங்கிவிடுவதும் வழக்கமான ஒன்றாக இருந்தது. அம்மாதிரியான சம்பவங்கள் நடக்கும் சமயங்களில் எல்லாம் கச்சத்தீவு யாருக்குச் சொந்தம் என்ற கேள்வி எழும்.

அப்போது இலங்கை அரசு 1921 ஒப்பந்தத்தைச் சுட்டிக்காட்டி, கச்சத்தீவு எங்களுக்கே சொந்தம் என்று சொல்வது வழக்கம். ஆனால் அந்தக் கருத்துக்கு இந்திய அரசின் தரப்பில் இருந்து பெரிய அளவில் எதிர்ப்புகள் இருக்காது. ஆனால் தமிழக அரசியல்வாதிகள் இலங்கை அரசின் கருத்துக்கு எதிர்ப்பு தெரிவிப்பது வழக்கம். சுதந்தரம் அடையும் காலம் வரைக்கும் இருநாடுகளுக்கே இடையே இத்தகைய நிலைமைதான் நீடித்தது.

பிரிட்டிஷாரிடம் இருந்து இரு நாடுகளும் சுதந்தரம் பெற்றபிறகு கச்சத்தீவு விவகாரத்தில் வேகமான மாற்றங்கள் ஏற்படத் தொடங்கின. குறிப்பாக, இலங்கை அரசு கச்சத்தீவு விஷயத்தில் தன்னுடைய உரிமையை அழுத்தம் திருத்தமாக நிலைநாட்டிக்கொள்ளும் வகையில் சில நடவடிக்கைகளை எடுத்தது. அதற்குக் காரணம் இந்திய அரசு எடுத்த ஒரு முக்கிய நடவடிக்கை.

1949 ஆம் ஆண்டில் ஒருமுறை கச்சத்தீவு பகுதியில் ராணுவப் பயிற்சி மேற்கொள்ள இந்திய ராணுவம் தயாரானது. குண்டு வீசிப் பயிற்சி செய்வதற்கான இலக்காகவும் கச்சத்தீவை வைத்துக்கொள்ள முடிவுசெய்தது. இந்தச் செய்திகள் இலங்கை அரசின் கவனத்துக்குச் சென்றன. உடனடியாக எச்சரிக்கை அறிவிப்பு ஒன்றை வெளியிட்டது இலங்கை அரசு.

'கச்சத்தீவு இலங்கைக்குச் சொந்தமான பகுதி. அங்கே ராணுவப் பயிற்சி உள்ளிட்ட எந்த விஷயங்களுக்காக நுழையவேண்டும் என்றாலும் இலங்கை அரசிடன் முன் அனுமதியைப் பெறவேண்டும்.'

இந்தியாவுக்குச் சொந்தமான ஒரு பகுதியை, வெறும் கடல் மீன்பிடி எல்லை ஒப்பந்தத்தை, அதுவும் பிரிட்டிஷாரால் செல்லாத

ஒப்பந்தம் என்று அறிவிக்கப்பட்ட ஒப்பந்தத்தை அடிப்படையாக வைத்துக்கொண்டு, தமக்குச் சொந்தமானது என்று அறிவித்ததோடு, இந்தியாவுக்கே எச்சரிக்கை விடுக்கும் அளவுக்குச் சென்றது இலங்கை அரசு.

இத்தகைய எச்சரிக்கை அறிவிப்பு காதில் விழுந்த மறுநொடி இந்திய அரசு நியாயமாக என்ன செய்திருக்க வேண்டும்? காட்டமான முறையில் எதிர்வினை ஆற்றியிருக்க வேண்டும். குறைந்தபட்சம் தனது அதிருப்தியை இலங்கை அரசிடம் முறைப்படி தெரிவித்திருக்க வேண்டும். ஆனால் இந்திய அரசு அமைதியாக இருந்தது.

இது சாதாரண அறிவிப்பே அல்ல, எச்சரிக்கை. பகிரங்கமான மிரட்டல் என்று ஆவேசப்பட்டனர் இந்திய நாடாளுமன்ற உறுப்பினர்கள். ஆனாலும் விஷயம் பெரிய அளவில் விஸ்வரூபம் எடுக்கவில்லை. அப்படியே அடங்கிப்போய்விட்டது. அதன்பிறகு கச்சத்தீவில் இலங்கை ராணுவத்தளம் ஒன்றை உருவாக்கப் போவதாக அடிக்கடி செய்திகள் வருவதும் தமிழகத்தைச் சேர்ந்த நாடாளுமன்ற உறுப்பினர்கள் நாடாளுமன்றத்தில் ஆவேசப்படுவதும் பிறகு அந்த விவகாரம் மெல்ல அடங்கிவிடுவதும் தொடர்கதையாகவே இருந்தது.

கச்சத்தீவு தொடர்பாக இலங்கை அரசு நடத்திக்கொண்டிருக்கும் நாடகத்தின் ஒருபகுதியாக 1955 ஆம் ஆண்டு பத்திரிகைகளில் ஒரு செய்தி வெளியானது.

'இலங்கை அரசு தனது ராணுவ வீரர்களுக்குக் கச்சத்தீவில் வைத்துப் பயிற்சி தரப்போகிறது.'

உடனடியாக இந்திய (தமிழகத்தைச் சேர்ந்த) நாடாளுமன்ற உறுப்பினர்கள் பிரச்னை எழுப்பினர்.

'அப்படியா, கண்டித்தால் போயிற்று' என்று சொல்லி ஒரு கண்டனச் சடங்கை ஆற்றியது இந்திய அரசு.

அந்தக் கண்டனம் வெளியாகி ஒரு வருடம் கூட ஒழுங்காக முடியவில்லை. மீண்டும் ஒருமுறை இந்திய அரசை சீண்டிப்பார்க்கும் வகையில் 1956 மார்ச் மாதத்தில் தனது விமானப்படை வீரர்களுக்கு கச்சத்தீவில் வைத்துப் பயிற்சி அளிக்கத் தயாரானது இலங்கை அரசு. அதேசமயம் இந்தக் காரியத்தில் ரகசியமாகவும் ஈடுபடவில்லை. முறைப்படி இந்திய அரசிடம் தெரிவித்துவிட்டது.

இதுபற்றிய செய்திகள் ஏசியன் ட்ரிப்யூன் உள்ளிட்ட பத்திரிகைகளில் வெளியானதும் இந்திய அரசியல் தலைவர்கள் பலரும் தங்களுடைய எதிர்ப்பினை வெளியிட்டனர்.

இந்தியாவுக்குச் சொந்தமான பகுதியான கச்சத்தீவில் இலங்கை அரசு நடத்தும் அத்துமீறல் காரியங்களுக்கு மத்திய அரசு என்ன சமாதானம் சொல்லப் போகிறது என்ற கேள்வி எழுப்பினர். இலங்கை அரசு இந்திய எல்லைக்குள் இருக்கும் போர் முக்கியத்துவம் வாய்ந்த கச்சத்தீவுக்குள் நுழையப் பார்க்கிறது என்பதற்கான அடையாளம்தான் இத்தகைய முயற்சி என்றும் கண்டித்தனர்.

இதுவிஷயமாக புதுக்கோட்டை தொகுதி மக்களவை உறுப்பினர் முத்துசாமி வல்லத்தரசு நாடாளுமன்றத்தில் ஒத்திவைப்புத் தீர்மானம் ஒன்றைக் கொண்டுவந்தார். அப்போது பேசிய பிரதமர் ஜவாஹர்லால் நேரு, 'என்னிடம் போதுமான தகவல்கள் இல்லை. குறிப்பேடுகளை ஆராய்ந்து கொண்டிருக்கிறோம்' என்று சொன்னார். அதனைத் தொடர்ந்து ஒத்திவைப்புத் தீர்மானத்தை நாடாளுமன்றம் ஏற்றுக்கொள்ளவில்லை.

என்றாலும், கச்சத்தீவு பிரச்னை குறித்து நாடாளுமன்றத்தில் பேசிய இந்திய வெளியுறவுத் துறைக்கான நாடாளுமன்ற செயலாளர் சதத் அலி கான், 'கச்சத்தீவின் உரிமை பற்றிய பிரச்னை தெளிவற்று இருப்பதால் விமானத் தாக்குதல் ஒத்திகைக்கு அந்தத் தீவைப் பயன்படுத்துவது பற்றிய எந்தவொரு முடிவையும் ஒத்திப்போடும்படி இந்திய அரசால் இலங்கை அரசு ராஜதந்திர ரீதியாகக் கேட்டுக்கொள்ளப்பட்டுள்ளது' என்ற அறிவிப்பை வெளியிட்டார்.

பின்னர் திருச்சி தொகுதியின் நாடாளுமன்ற உறுப்பினர் அனந்த நம்பியார் கச்சத்தீவின் உரிமை ராமநாதபுரம் ராஜாவிடம் இருப்பது குறித்த மத்திய அரசின் கருத்தைக் கோரினார். அதற்கு பிரதமர் நேரு அளித்த பதில், கச்சத்தீவு உரிமை விஷயத்தில் மத்திய அரசு எந்த அளவுக்கு ஆர்வக்குறைவுடனும் தகவல் குறைபாட்டுடனும் அலட்சியத்துடனும் இருக்கிறது என்பதை அம்பலப்படுத்தியது.

There is no question of the Government of India and the Government of Sinhalese, coming into conflict over a tiny little island. There is no national prestege involved in this matter, especially with our neighbour Ceylon.

அதாவது, கச்சத்தீவு பற்றிய போதுமான தகவல்கள் அரசின் வசம் இல்லை. அதைப் பற்றிய குறிப்பேடுகளை ஆராய்ந்து கொண்டிருக்கிறோம் என்று முதலில் விளக்கம் கொடுத்த பிரதமர் நேரு, தற்போது, 'ஒரு சின்னஞ்சிறு தீவுக்காக இருநாடுகளும் மோதிக்கொள்ளும் கேள்வியே எழவில்லை; முக்கியமாக, நம்முடைய அண்டை தேசமான இலங்கையுடன் நம்முடைய தேசிய கௌரவம் எதுவும் பாதிக்கப்படவில்லை' என்று விரிவான விளக்கத்தைக் கொடுத்தார்.

இது எப்படி இருக்கிறது?

கச்சத்தீவைப் பற்றியத் தகவல்களும் கைவசம் இல்லை. குறிப்பேடுகளை எல்லாம் இனிமேல்தான் ஆராய்ச்சி செய்து பார்க்கவேண்டும். ஆனால் அதற்குள் தேசிய கௌரவம் எதுவும் பாதிக்கப்படவில்லை என்ற அறிவிப்பு. அதிலும், இலங்கை ராணுவம் கச்சத்தீவுப் பகுதியில் விமானத் தாக்குதல் ஒத்திகைகளை நடத்துவதற்கு முனைந்துகொண்டிருந்த சூழலில் பிரதமர் நேரு கொடுத்த விளக்கங்கள் இலங்கை அரசுக்கு எத்தனை மகிழ்ச்சியை ஏற்படுத்தியிருக்கும்?

போதாக்குறைக்கு, கச்சத்தீவு யாருக்குச் சொந்தம் என்பது தொடர்பான முடிவுகள் எடுக்கப்படும் வரை இலங்கைக் கடற்படையினர் கச்சத்தீவில் பயிற்சி எடுக்கும் காரியத்தை ஒத்திப்போடுமாறு இந்தியத் தூதர் மூலம் இலங்கை அரசைக் கேட்டுக் கொண்டது இந்திய அரசு. அதனைப் பகுதி அளவில் ஏற்றுக் கொண்டது இலங்கை அரசு. ஆம். கச்சத்தீவில் பயிற்சி எடுப்பதை ஒத்திவைத்துக் கொள்கிறோம்; அதேசமயம், கச்சத்தீவு எங்களுக்குச் சொந்தம் என்பதில் எந்த மாற்றமும் இல்லை.

சின்ன விஷயம்கூட சில சமயங்களில் சிங்கார விஷயமாகிவிடும் என்பதுபோல, கச்சத்தீவு என்ற சின்னஞ்சிறு தீவு விவகாரத்தில் இந்திய அரசு காட்டிய அலட்சியம்தான் கச்சத்தீவைக் கைப்பற்றிக்கொண்டது தொடங்கி ஈழத்தமிழர் மீதான இனப்படுகொலை வரை இலங்கை அரசு உச்சபட்ச துணிச்சலுடன் செயல்பட்டதற்குக் காரணம்.

அதன்பிறகு குறிப்பேடுகளை எல்லாம் இந்திய அரசு ஆராய்ச்சி செய்தததா என்று தெரியவில்லை. ஆனால் இந்தியக் குடியரசுத் தலைவரிடம் இருந்து திடீரென அறிக்கை ஒன்று வெளியானது. இதுவரை இந்தியாவின் கடல் எல்லை நிலத்தில் இருந்து மூன்று கடல் மைல்கள் தொலைவில் இருக்கிறது. தற்போது அந்த எல்லை ஆறு கடல் மைல்கள் என்று மாற்றி அமைக்கப்படுகிறது என்றது அந்த அறிவிப்பு.

இந்த அறிவிப்பு இலங்கை ஆட்சியாளர்கள் மத்தியில் கலவரத்தை ஏற்படுத்தியது. இலங்கையின் உரிமைகள் மீது இந்தியா தொடுத்துள்ள தாக்குதலே சமீபத்திய அறிவிப்பு என்றனர் இலங்கை அரசியல்வாதிகள். கச்சத்தீவின் மீதான இலங்கையின் உரிமையைக் கேள்விக்குள்ளாக்கும் அறிவிப்பு இது என்று வர்ணித்தது இலங்கை அரசு. அத்துடன் நிறுத்திக் கொள்ளாமல் இந்திய அரசுக்குத் தன்னுடைய எதிர்ப்பைத் தெரிவிக்கும் வகையில் போட்டி அறிவிப்பு ஒன்றை வெளியிட்டது இலங்கை அரசு.

இலங்கையின் கடல் எல்லை ஆறு கடல்மைல்கள் வரை இருக்கிறது; இலங்கையின் கடற்பரப்பைச் சுற்றி நூறு கடல்மைல் பரப்பளவுக்கு இலங்கைக்கான மீன்பிடி உரிமைகள் இருக்கின்றன என்பதுதான் அந்த அறிவிப்பின் சாரம். அதனைத் தொடர்ந்து பன்னிரண்டு கடல்மைல் வரை தனது கடல் எல்லை இருப்பதாக அறிவித்தது இந்திய அரசு. உடனடியாக அதேபோன்ற மற்றொரு அறிவிப்பை வெளியிட்டது இலங்கை.

கச்சத்தீவு பற்றி இந்தியா ஒரு அறிவிப்பு வெளியிட்டதென்றால் பதிலுக்கு ஒரு அறிவிப்பை இலங்கை வெளியிட்டதை அத்தனைச் சாதாரணமான விஷயமாக எடுத்துக்கொள்ளக்கூடாது. ஏனென்றால், கச்சத்தீவு விவகாரத்தில் இந்தியாவையும் இலங்கையையும் சமதட்டுகளில் கொண்டுவந்து நிறுத்தும் நோக்கத்துடனேயே இலங்கை அரசு இந்தியாவுக்குப் போட்டியாக அறிவிப்புகளை வெளியிடுகிறது. ஆகவே, இந்திய அரசு மிகுந்த விழிப்புடனும்

விவேகத்துடனும் செயல்பட வேண்டும் என்று தமிழ்நாட்டைச் சேர்ந்த மக்களவை உறுப்பினர்கள் இந்திய அரசைத் தொடர்ச்சியாக வலியுறுத்தி வந்தனர். தவிரவும், கச்சத்தீவில் ராணுவத் தளம் அமைக்கும் திட்டம் ஒன்று இலங்கை அரசுக்கு இருப்பதாக அடிக்கடி ஊடகங்களில் செய்திகள் வெளியாகிக் கொண்டிருந்ததையும் அவர்கள் இந்திய அரசுக்குச் சுட்டிக்காட்டினர்.

சின்னஞ்சிறு தீவு விஷயத்தில் இந்தியாவின் நட்பு நாடான இலங்கையுடன் இந்தியாவுக்கு எந்தவிதமான தன்மானப் பிரச்னையும் எழவில்லை என்று பிரதமர் நேரு நாடாளுமன்றத்தில் கூறியது எத்தனை சம்பிரதாயமான பேச்சு என்பது இந்தியா - இலங்கை இடையேயான இந்த ஈகோ யுத்தத்தின் மூலம் அம்பலத்துக்கு வந்தது.

கடல் எல்லைகளைத் திருத்தும் அறிவிப்புகளை இருதரப்பினரும் மாறிமாறி வெளியிட்டதன் பலனாக கச்சத்தீவு விவகாரத்தில் இந்தியாவும் இலங்கையும் சம உரிமையுடன் இருப்பது போன்ற தோற்றம் உலக நாடுகள் மத்தியில் உருவானது. இந்த விஷயத்தில் இந்தியா இன்னும் கொஞ்சம் ராஜதந்திரத்துடன் நடந்து கொண்டிருக்க வேண்டும் என்ற கருத்தும் அரசியல் அரங்கில் எழுந்தது. கிட்டத்தட்ட இந்தச் சமயத்தில்தான் தமிழ்நாட்டில் மிகப்பெரிய ஆட்சிமாற்றம் ஏற்பட்டது.

05

தாரைவார்க்க சில முஸ்தீபுகள்

இந்தியா சுதந்தரம் அடைவதற்கு முன்னரே தமிழகத்தில் ஆட்சியைப் பிடித்துவிட்ட காங்கிரஸ் கட்சிக்கு 1967ஆம் ஆண்டு தேர்தல் மிகப்பெரிய பின்னடைவைக் கொடுத்தது. அந்தத் தேர்தலில் பதினெட்டே வயது நிரம்பிய திராவிட முன்னேற்றக் கழகம் காங்கிரஸ் கட்சியைத் தோற்கடித்து ஆட்சியைப் பிடித்தது. சி.என். அண்ணாதுரை முதலமைச்சரானார். அதேபோல, தேசிய அளவிலும் அரசியல் மாற்றங்கள் நடந்திருந்தன. பிரதமர் நேரு மரணம் அடைந்ததைத் தொடர்ந்து லால் பகதூர் சாஸ்திரி பிரதமர் பொறுப்புக்கு வந்தார். பின்னர் அவரும் அகால மரணம் அடையவே, நேருவின் மகள் இந்திரா காந்தி பிரதமர் பதவிக்கு வந்திருந்தார். அடுத்து நடந்த தேர்தலில் இந்திரா காந்தி தலைமையில் காங்கிரஸ் கட்சி வெற்றிபெற்று ஆட்சி அமைத்தது. இந்திரா காந்தி மீண்டும் பிரதமர் பதவிக்கு வந்திருந்தார்.

கடந்த பல ஆண்டுகளாகவே எழுவதும் அடங்குவதுமாக இருக்கும் கச்சத்தீவு விவகாரம், தமிழ்நாட்டில் புதிய ஆட்சி அமைந்த சில மாதங்களில் மீண்டும் சூடுபிடித்தது. 29 பிப்ரவரி 1968 அன்று டெல்லியில் இருந்து வெளியான பத்திரிகை ஒன்றில் இலங்கை அரசின் ஆதிக்கத்தில் கச்சத்தீவு முழுமையாக அடங்கியிருப்பதால் தனது முழு நிர்வாகத்தையும் அங்கு செயல்படுத்த இலங்கை அரசு முற்பட்டிருக்கிறது என்ற செய்தி வெளியானது.

ஒற்றை வரியில் சொல்வதென்றால், கச்சத்தீவை இலங்கை அரசு முற்றிலுமாகத் தன்வசப்படுத்திக்கொண்டது!

இந்தச் செய்தி இந்தியாவில் வெளியானதற்கு முந்தைய நாளே இலங்கை நாளிதழ்கள் இந்தச் செய்திக்குக் கூடுதல் முக்கியத்துவம் கொடுத்து வெளியிட்டிருந்தன. பின்னணியில் இருந்தது இலங்கை அரசு. இந்தச் செய்தி இந்தியாவில் எதிரொலிக்கவேண்டும். அதன் காரணமாக கலகம் பிறக்கவேண்டும். அதன் தொடர்ச்சியாக ஏதேனும் வழிபிறக்கவேண்டும். இதுதான் இலங்கை அரசின் நோக்கம்.

உடனடியாக இந்திய நாடாளுமன்றத்தில் பிரச்னை எழுப்பத் தயாராகினர் தமிழகத்தைச் சேர்ந்த நாடாளுமன்ற உறுப்பினர்கள். அப்போது திமுக வசம் நிறைய நாடாளுமன்ற உறுப்பினர்கள் இருந்தனர். குறிப்பாக, இரா. செழியன் கச்சத்தீவு விவகாரத்தில் அதிக ஆர்வம் செலுத்தக் கூடியவராக இருந்தார். உடனடியாக இந்திய நாடாளுமன்றத்தில் கவன ஈர்ப்புத் தீர்மானம் ஒன்றைக் கொண்டு வர முடிவு செய்தார் இரா. செழியன். இவர் தவிர மேலும் சில உறுப்பினர்களும் கவன ஈர்ப்புத் தீர்மானங்களைக் கொண்டுவந்திருந்தனர்.

நாடாளுமன்றத்தில் ஒரே விஷயத்துக்காகப் பலரும் கவன ஈர்ப்புத் தீர்மானங்கள் கொடுத்திருப்பதால் குலுக்கல் முறைப்படி ஒருவருடைய தீர்மானத்தை விவாதத்துக்கு எடுத்துக்கொள்வது வழக்கம். அதன்படி மூத்த நாடாளுமன்ற உறுப்பினர்களுள் ஒருவரான மது லிமாயி கச்சத்தீவு தொடர்பான கவன ஈர்ப்புத் தீர்மானத்தை முன்மொழிந்தார்.

மது லிமாயி, இந்திய நாடாளுமன்றத்தில் பல முக்கியத்துவம் வாய்ந்த பிரச்னைகளை முன்னெடுத்துப் பேசிய மூத்த உறுப்பினர். லோக் தளம் கட்சியைச் சேர்ந்தவர். பின்னாளில் ஜனதா கட்சியின் பொதுச்செயலாளராக செயல்பட்டவர். அப்போது எல்.கே. அத்வானி, அடல் பிஹாரி வாஜ்பாய் உள்ளிட்டோர்

ஆர்.எஸ்.எஸ் இயக்கத்தில் இருந்து விலகவேண்டும் அல்லது ஜனதா கட்சியில் இருந்து விலகவேண்டும் என்று போர்க்கொடி தூக்கியவர். இவருடைய எதிர்ப்பு காரணமாகவே பாரதிய ஜனதா கட்சி என்ற புதிய கட்சியே உருவானது. அப்படிப்பட்ட மது லிமாயி 1968 மார்ச் மாதத்தில் கச்சத்தீவு பிரச்னையை நாடாளுமன்றத்தில் எழுப்பினார்.

மது லிமாயி

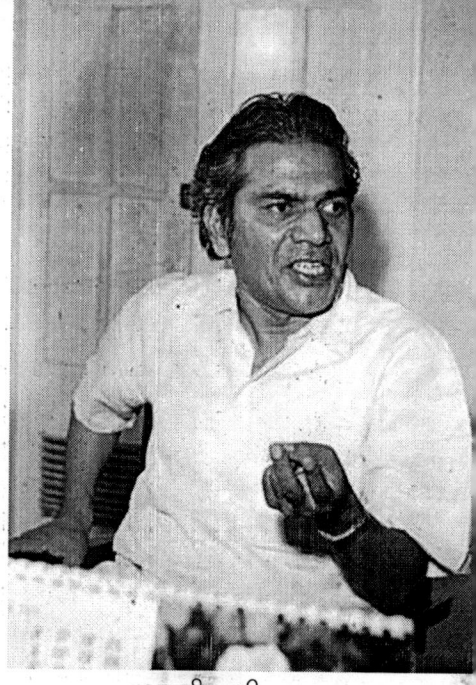

அதற்குப் பதிலளித்த மத்திய வெளியுறவுத்துறை இணை அமைச்சர் பி.ஆர். பகத், 'கச்சத்தீவை இலங்கை எடுத்துக்கொண்டது என்கிற பத்திரிகைச் செய்தி குறித்து இலங்கை அரசிடம் விவரம் கேட்டுத் தெரிவிக்குமாறு இலங்கையில் இருக்கும் இந்தியத் தூதரகத்திடம் கூறியுள்ளோம். விவரங்கள் கைக்குக் கிடைத்தவுடன் இது விஷயமாக அரசின் சார்பில் கருத்து தெரிவிக்கப்படும்' என்றார். ஆனால் அமைச்சரின் பதில் உறுப்பினர்களுக்குத் திருப்தியளிக்கவில்லை.

மேகாலயா மாநிலத்தைச் சேர்ந்த மக்களவை உறுப்பினர் ஜார்ஜ் கில்பர்ட் ஸ்வெல் எழுந்து கேள்வி ஒன்றை எழுப்பினார்.

'கச்சத்தீவு பிரச்னை 1956ல் இருந்தே நீடித்துவருகிறது. கேந்திர முக்கியத்துவம் (Strategic Island) வாய்ந்த கச்சத்தீவின்மீது இந்தியாவுக்கு இருக்கின்ற உரிமைக்குப் போட்டியாக இலங்கை அரசாங்கம் பிரச்னை எழுப்புவதாகத் தொடர்ந்து பத்திரிகைகள் செய்தி வெளியிட்டு வருகின்றன. எனில், தனது உரிமையை நிலைநிறுத்திக் கொள்வதற்கு இந்திய அரசு ஏன் இதுவரை உரிய முயற்சிகளை எடுக்கவில்லை?'

மீண்டும் எழுந்த இணை அமைச்சர் பகத், '1956ல் இருந்து அல்ல; 1921ல் இருந்தே கச்சத்தீவு தொடர்பான பிரச்னைகள் இருந்து வருகின்றன. கச்சத்தீவு யாருக்குச் சொந்தம் என்று கவனித்துப் பார்த்தால், அந்தத் தீவில் யாரும் வசிக்கவில்லை. அங்கு மனித நடமாட்டமே கிடையாது. முக்கியமாக, குடிநீர்கூட அங்கு

ஜி.ஜி.ஸ்வெல்

கிடைக்காது. ஆகையால் அந்தத் தீவு இவருக்குத்தான் சொந்தம் என்று உறுதியாகக் கூற முடியாது' என்று பதிலளித்தார்.

அமைச்சரின் பதில் நாடாளுமன்றத்தில் பலத்த சலசலப்புகளை ஏற்படுத்தியது. செப்பேடுகளை ஆய்வு செய்கிறோம், குறிப்பேடுகளைக் கவனித்து வருகிறோம் என்றெல்லாம் இதுநாள்வரை சொல்லிக் கொண்டிருந்த இந்திய அரசு, திடுதிப்பென கச்சத்தீவு யாருக்குச் சொந்தம் என்றே தெரியவில்லை என்று சொன்னது அதிர்ச்சியூட்டும் வகையில் இருந்தது.

மீண்டும் எழுந்த நாடாளுமன்ற உறுப்பினர் ஸ்வெல், 'தண்ணீர் இல்லை. ஆள்நடமாட்டம் இல்லை என்பதெல்லாம் இருக்கட்டும். கச்சத்தீவு எந்த நாட்டின் ஆதிக்கத்தில் உள்ளது?' என்று கேட்டார்.

'It is Neither under the possession of India Nor of Ceylon'

இந்தியாவின் ஆதிக்கத்திலும் இல்லை, இலங்கையின் ஆதிக்கத்திலும் இல்லை என்பதுதான் மத்திய அமைச்சரின் பதில். அவையில் சலசலப்பு அதிகரித்ததைத் தொடர்ந்து பிரதமர் இந்திரா காந்தி பேசினார்.

'கச்சத்தீவு பற்றிய முழு விவரங்கள் அரசின் வசம் இல்லை. தமிழ்நாடு அரசிடம் விவரங்கள் கேட்டிருக்கிறோம். இலங்கை அரசுடன் நல்ல நட்புறவுடன் இந்தியா இருக்கிறது. ஆகவே, விவரங்கள் முழுமையாகக் கிடைக்காத நிலையில், மேற்கொண்டு கருத்து சொல்வது பிரச்னையை மேலும் மோசமாக்கிவிடும். ஆகவே, விவரங்கள் கிடைத்த பிறகு இந்திய அரசு சார்பில் விரிவான அறிக்கை நாடாளுமன்றத்தில் தரப்படும்'

கைவசம் தகவல் இல்லை என்று நேரு சொன்னது 1956 ஆம் ஆண்டில். தற்போது, 'தகவல் எதுவும் இல்லை' என்று இந்திரா காந்தி சொன்னது 1968ல். இடைப்பட்ட ஆண்டுகள் பன்னிரண்டு. ஆள் நடமாட்டம் இல்லாத, சின்னஞ்சிறு மணல் தீவைப் பற்றிய தகவல்கள் இந்திய அரசுக்குப் பன்னிரண்டு ஆண்டுகளாகக் கிடைக்கவில்லை என்பது தமிழர்களின் சாபக்கேடு என்பதைத்தவிர வேறு என்ன சொல்வது?

தமிழ்நாட்டுப் பகுதியான கச்சத்தீவு பற்றிய விவாதங்கள் இந்திய நாடாளுமன்றத்தில் எழுப்பப்பட்ட சமயத்தில் தமிழ்நாடு சட்டமன்றத்திலும் பிரச்னை எழுப்பப்பட்டது. சம்யுக்த சோஷலிஸ் கட்சி உறுப்பினர்கள் இந்தப் பிரச்னையை எழுப்பினர். 5 மார்ச் 1968 அன்று சுதந்தரா கட்சி உறுப்பினர் சீமைச்சாமி இதுவிஷயமாக ஒத்திவைப்புத் தீர்மானம் ஒன்றைக் கொண்டுவந்தார். அன்றைய தினம் சட்டப்பேரவைத் தலைவர் சி.பா. ஆதித்தனார் சபைக்கு வரவில்லை. மாறாக, சட்டப்பேரவைத் துணைத்தலைவர் புலவர் கோவிந்தன் சபையை நடத்திக் கொண்டிருந்தார்.

ஒத்திவைப்புத் தீர்மானம் குறித்துப் பேசிய அவை முன்னவரும் நிதி அமைச்சருமான நெடுஞ்செழியன், 'கச்சத்தீவை இலங்கை கைப்பற்றி இருப்பதாகக் கூறப்படுகிறது. அந்நிய நாடு தலையிட்ட இந்தப் பிரச்னை மாநில அரசின் நேரடி நிர்வாகத்துக்கு உட்பட்டதல்ல. ஆகவே, இதுபற்றி இங்கு விவாதிப்பதற்கு வாய்ப்பில்லை. ஆனால் அந்தப்பகுதி தமிழகத்தைச் சேர்ந்த பகுதி; ராமநாதபுரம் ராஜாவுக்குச் சொந்தமானது என்று வரலாற்றுக் குறிப்புகள் கூறுகின்றன. அதற்கான சான்றேடுகளை மாநில அரசிடம் அளிப்பதாக ராமநாதபுரம் இளையராஜா வாக்குறுதி அளித்துள்ளார். அந்தச் சான்றேடுகளை இந்திய அரசுக்கு அனுப்பி, அந்தத் தீவு தமிழகத்துக்கே சொந்தமானது என்பதை தமிழக அரசே வலியுறுத்தும்' என்றார்.

மாநில அரசின் அதிகார வரம்புக்கு உட்பட்ட விவகாரம் இது அல்ல என்பதால் ஒத்திவைப்புத் தீர்மானத்தை சபை ஏற்கமறுப்பதாக சட்டப்பேரவைத் துணைத் தலைவர் புலவர் கோவிந்தன் அறிவித்தார். அண்ணா முதலமைச்சராக இருந்த காலத்தில் கச்சத்தீவு விவகாரம் தொடர்பாக தமிழக அரசின் நிலைப்பாடு இதுதான். அதன்பிறகு ஆட்சிக்கு வந்த தமிழக முதலமைச்சர்கள், கச்சத்தீவு விவகாரம் அந்நிய நாட்டு விவகாரம் அல்ல; இந்திய விவகாரம், குறிப்பாக, தமிழ்நாட்டு விவகாரம் என்று

சொன்னார்கள். ஆனாலும் இந்திய அரசு கச்சத்தீவு விவகாரத்தை மாநிலப் பிரச்னையாகப் பார்க்கவில்லை. இருநாட்டு ராஜீய உறவு தொடர்பான பிரச்னையாக மட்டுமே பார்த்தது.

கச்சத்தீவு விவகாரம் மெல்ல மெல்ல வலுத்துக்கொண்டிருந்த சூழ்நிலையில் 1969 ஆம் ஆண்டு லண்டன் மாநகரில் காமன்வெல்த் நாடுகளின் பிரதமர்கள் மாநாடு கூடியது. அப்போது இந்தியப் பிரதமர் இந்திரா காந்தியும் இலங்கைப் பிரதமர் டட்லி சேனநாயகாவும் நேரில் சந்தித்துப் பேசினர். முக்கியமாக, சர்ச்சைக்குரிய கச்சத்தீவு விவகாரம் பற்றிப் பேசினர்.

கச்சத்தீவு விவகாரத்தில் ஒரு சுமுகமான தீர்வு எட்டப் படும்வரை இரண்டு நாடுகளும் எந்தவிதமான நிர்வாக நடவடிக்கைகளிலும் ஈடுபடாமல், பிரச்னையைக் கிடப்பில் போடுவது என்று இரண்டு நாட்டு பிரதமர்களும் ஒருமனதாக முடிவுசெய்தனர். குறிப்பாக, கச்சத்தீவு பிரச்னை மேலும் மோசமான நிலையை எட்டாமல் தடுக்கவேண்டும் என்றால் கச்சத்தீவில் தங்களுக்கு உள்ள உரிமை குறித்து இருநாடுகளும் எந்தவிதமான அழுத்தமான கருத்தையும் பகிரங்கமாகத் தெரிவிக்கக்கூடாது என்பதுதான் இருவரும் எடுத்த நிலைப்பாடு.

இந்த இடத்தில் ஒரு முக்கியமான கேள்வி எழுந்தது. கச்சத்தீவு என்பது சிக்கல்கள் நிறைந்த பகுதி; சர்ச்சைகள் நிரம்பிய பகுதி. எனில், அந்தப் பகுதியைப் பற்றி எவ்வித நிர்வாக நடவடிக்கையையும் எடுக்காமல் கிடப்பில் போட்டுவிட்டால் அந்தப் பிரச்னையின் கதி என்ன? அதனை யார் வந்து தீர்ப்பது? இருநாடுகளுக்கும் பொதுவாக மூன்றாவது நாடு வந்து தீர்த்துவைக்குமா? அல்லது ஐக்கிய நாடுகள் சபை தலையிடுமா? அல்லது சர்வதேச நீதிமன்றம் தலையிடுமா?

இந்தக் கேள்விகளுக்கான பதில்கள் எதையும் இருநாட்டு ஆட்சியாளர்களுமே வெளிப்படையாகச் சொல்லவில்லை. மாறாக, இருதரப்பில் இருந்தும் மௌனமே பதில்களாக வந்தன. இத்தகைய மௌனங்களே கச்சத்தீவு விவகாரத்தை மேன்மேலும் சிக்கலாக்கின என்பதுதான் உண்மை.

இந்தியா, இலங்கை என்ற இரண்டு அண்டை நாடுகளுக்கு இடையே கச்சத்தீவு மட்டும் ஒற்றைப் பிரச்னையாக இருக்கவில்லை. அடிப்படையான பிரச்னை ஈழத்தமிழர்கள் தொடர்பானது. இலங்கையில் நடந்த சிங்களப் பேரினவாதத் தாக்குதல் காரணமாக ஈழத்தமிழர்கள் பலரும் அவ்வப்போது இந்தியாவுக்கு, குறிப்பாக, இலங்கைக்கு வெகு நெருக்கமாக இருக்கின்ற தமிழ்நாட்டுக்கு அகதிகளாக வருவது வாடிக்கையான விஷயமாக இருந்தது.

மேலும், காபி, தேயிலைத் தோட்டங்களில் வேலை செய்வதற்காக பிரிட்டிஷாரால் அழைத்துச் செல்லப்பட்ட தமிழ்நாட்டுத் தமிழர்களும் இலங்கையில் வசிக்கிறார்கள். அவர்களுக்கான குடியுரிமை தொடர்பான விவகாரத்திலும் இந்தியாவுக்கும் இலங்கைக்கும் இடையே அவ்வப்போது பேச்சுவார்த்தைகள் நடந்துவந்தன.

இவற்றையெல்லாம் தாண்டி, புவிசார் அரசியல் (Geo Political) விவகாரத்திலும் இந்தியா, இலங்கை இடையே சில பிரச்னைகள் இருக்கின்றன. ஆக, இந்தியா, இலங்கை இடையே பல பிரச்னைகள் தீர்க்கப்படவேண்டிய நிலையில் இருந்தன. மேலும், இந்தியாவுக்கென்று வேறு சில நெருக்கடிகளும் அப்போது உருவாகியிருந்தன.

கிழக்கு பாகிஸ்தானை முன்வைத்து 1971 ஆம் ஆண்டில் நடந்த இந்திய - பாகிஸ்தான் யுத்தமும் அதன் தொடர்ச்சியாக உருவான வங்கதேசம் என்ற நாடும் இந்தியாவுக்கு வெவ்வேறு நெருக்கடிகளைக் கொடுத்திருந்தன. உண்மையில் பாகிஸ்தான் மீது இந்தியா போர் நடத்தியதை அமெரிக்காவும் சீனாவும் விரும்பவில்லை. குறிப்பாக, தெற்காசியப் பகுதியில் இந்தியா வல்லமை பொருந்திய நாடாக உருவாவதில் அவர்களுக்கு விருப்பமில்லை.

கிழக்கு பாகிஸ்தானைப் பிரித்து தனிநாடாக ஆக்கும் இந்தியாவின் முயற்சிகளைத் தங்களால் தடுக்க முடியாது என்று அவர்கள் நம்பினார்கள். அதேசமயம், பலுசிஸ்தானை முன்வைத்து மேற்கு பாகிஸ்தானை உடைக்க முயற்சித்தால் அதை அமெரிக்காவும் சீனாவும் இணைந்து முறியடிக்கும் முயற்சியில் ஈடுபட எத்தனித்தனர் என்கிறார் இந்திய உளவுத்துறையில் பணியாற்றிய உயர் அதிகாரி பி. ராமன்.

தெற்காசியாவில் தன்னுடைய பலத்தைத் தக்கவைத்துக் கொள்ள வேண்டும் என்றால் அண்டை நாடுகளுடன் நட்பு பாராட்ட வேண்டிய நிலைமையில் இருந்தது இந்திய அரசு. குறிப்பாக, இலங்கை, இந்தோனேஷியா, பர்மா, வங்கதேசம் உள்ளிட்ட நாடுகளைத் தம்வசம் வைத்துக்கொள்ள விரும்பியது இந்தியா. அதற்காக அந்த நாடுகளுடன் எல்லை விவகாரம் உள்ளிட்ட பல்வேறு விஷயங்களில் கொஞ்சம் நீக்குப் போக்குடன் நடந்துகொள்வது என்று முடிவுசெய்தார் இந்தியப் பிரதமர் இந்திரா காந்தி.

முக்கியமாக, இலங்கையுடனான ராஜீய உறவை மேம்படுத்திக் கொள்வதற்காக அனைத்து விஷயங்களிலும் தாராளப் போக்கைக்

சிறிமாவோ பண்டாரநாயக

கடைப்பிடிக்கத் தயாராக இருப்பதாக அறிவித்தார் பிரதமர் இந்திரா காந்தி. அதன் அர்த்தம் வெளிப்படையானது. இருநாட்டு ராஜீய உறவுகளுக்குக் குறுக்கே சின்னஞ்சிறு தீவுகள் (கச்சத்தீவு) எல்லாம் ஒரு பொருட்டே அல்ல!

இந்திரா காந்தியின் எண்ண ஓட்டங்களைப் புரிந்துகொண்ட இலங்கை பிரதமர் சிறிமாவோ பண்டாரநாயக தனது அடுத்தடுத்த அரசியல் காய் நகர்த்தல்களைத் தொடங்கினார். முதல் கட்டமாக, இந்தியப் பிரதமர் இந்திரா காந்தி இலங்கைக்கு வரவேண்டும் என்று அழைப்புவிடுத்தார். நட்பு நாடி வந்த அழைப்பு அல்லவா. ஏற்றுக்கொண்டார் பிரதமர் இந்திரா காந்தி. 1973 ஆம் ஆண்டு ஏப்ரல் மாதம் இலங்கை சென்றார்.

அப்போது இருநாட்டு உறவுகள் குறித்தும் பரஸ்பர பிரச்னைகள் குறித்தும் இருநாட்டுப் பிரதமர்களும் பேசினர். குறிப்பாக, கச்சத்தீவு பற்றியும் பேசினர். அந்தப் பேச்சுவார்த்தையில் கச்சத்தீவு விவகாரமும் ஒரு அம்சமாக இடம்பெற்றது என்று கூறிய பிரதமர் இந்திரா காந்தி, 'அது வெறும் பாறை. அது அவ்வளவு முக்கியத்துவம் வாய்ந்ததல்ல' என்றும் கூறினார்.

கேந்திர முக்கியத்துவம் வாய்ந்த, ராணுவ முக்கியத்துவம் வாய்ந்த, பொருளாதார முக்கியத்துவம் வாய்ந்த கச்சத்தீவின் மதிப்பை மிகவும் சொற்பமாக மதிப்பிட்டு பிரதமர் கருத்து தெரிவித்ததன் அர்த்தம் வெளிப்படையானது. கச்சத்தீவை இலங்கைக்குக் கொடுக்கத் தயாராகிவிட்டார் இந்திரா காந்தி! அந்த வகையில் இந்திரா காந்தியின் இலங்கைப் பயணம் கச்சத்தீவு விவகாரத்தில் முக்கியத் திருப்புமுனையாக அமைந்தது.

பிரதமர் இந்திரா காந்தி இலங்கையில் இருந்து இந்தியா திரும்பிய பிறகு டெல்லி சென்ற முதலமைச்சர் கருணாநிதி, பிரதமரைச் சந்தித்துப் பேசினார். ஆம். முதலமைச்சர் அண்ணாதுரையின் அகால மரணம் காரணமாக அவருடைய இடத்துக்கு மு. கருணாநிதி

வந்திருந்தார். பின்னர் நடைபெற்ற பொதுத்தேர்தலில் மீண்டும் திமுக வெற்றிபெற்றது. மு. கருணாநிதி மீண்டும் முதலமைச்சராகியிருந்தார்.

டெல்லி சென்ற முதலமைச்சர் கருணாநிதி, 'கச்சத்தீவை வெறும் பாறை என்று தாங்கள் சொன்னது தமிழர்களின் மனத்தைப் புண்படுத்தக் கூடியது' என்று பிரதமர் இந்திரா காந்தியிடம் கூறினார். ஆனால் பிரதமரோ, 'நான் ஒருவிதமாகச் சொன்னேன். பத்திரிகைகளில் வேறு விதமாக வந்துவிட்டது' என்று விளக்கம் கொடுத்தார்.

என்றாலும், கச்சத்தீவு விவகாரம் தமிழ்நாட்டு அரசியல் களத்தில் பரபரப்பாக விவாதிக்கப்பட்டது. இருநாட்டு ராஜீய உறவுகளை மேம்படுத்திக் கொள்வதற்கு கச்சத்தீவை இலங்கைக்குக் கொடுக்க இந்திய அரசு தயாராகிவிட்டதாக விமரிசனங்கள் எழுந்தன. அப்படியொரு முடிவை இந்திய அரசு எடுக்கும் பட்சத்தில் அது தமிழகத்துக்கு இழைக்கப்படும் துரோகம் மட்டுமல்ல, தமிழ்நாட்டு மீனவர்களின் எதிர்காலத்தையே ஊனமாக்கும் செயல் என்று கண்டித்தனர் தமிழகத்து அரசியல் தலைவர்கள்.

இருநாட்டுப் பிரதமர்களின் சந்திப்பு நடந்த ஆறாவது மாதம் இருநாட்டு அதிகாரிகள் அளவிலான பேச்சுவார்த்தைகள் தொடங்கின. அப்போது 1964 ஆம் ஆண்டு போடப்பட்ட சிறிமாவோ - சாஸ்திரி ஒப்பந்தத்தில் விட்டுப்போன நாடற்ற ஒன்றரை லட்சம் பேரின் குடியுரிமை பிரச்னை, இந்தியக் குடியுரிமை பெற்றவர்களை மீண்டும் இந்தியாவுக்குத் திரும்ப அழைத்துக் கொள்ளும் விவகாரம், பாக் நீர்ச்சந்திப்பில் இருநாட்டு கடல் எல்லைகளை வரையறுத்துக் கொள்வது, கச்சத்தீவு சர்ச்சை ஆகியன குறித்து விவாதிக்கப்பட்டன. அப்போது கச்சத்தீவை இலங்கைக்குக் கொடுத்து விடுவதில் இந்திய அரசு ஒரு முடிவுக்கு வந்துவிட்டதாகவே கருதப்பட்டது.

அதனைத் தொடர்ந்து தமிழக முதலமைச்சர் கருணாநிதிக்குக் கடிதம் ஒன்றை எழுதினார் பிரதமர் இந்திரா காந்தி. 8 அக்டோபர் 1973 தேதியிட்ட அந்தக் கடிதத்தில், கடந்த ஏப்ரல் மாதத்தில் இலங்கைப் பிரதமரைச் சந்தித்தது, கச்சத்தீவு பற்றி விவாதித்தது உள்ளிட்ட விஷயங்களைத் தெரிவித்ததோடு, கச்சத்தீவு இந்தியாவுக்குச் சொந்தமானது என்பதற்கான ஆதாரங்கள் தேடப்பட்டு வருகின்றன. அதேசமயம், இதுவிஷயமாக இந்திய வெளியுறவுத்துறை செயலாளர் கேவல் சிங் இலங்கை அரசுடன் பேச்சுவார்த்தை நடத்தச் செல்கிறார். அப்போது உங்களைச் சந்தித்துவிட்டுச் செல்லக்கூடும்' என்று குறிப்பிட்டிருந்தார்.

பிரதமரின் கடிதம் கிடைத்ததைத் தொடர்ந்து அவருடைய அழைப்புக்காகக் காத்திராமல் மாநில அமைச்சர் செ. மாதவனை

அழைத்துக்கொண்டு முதலமைச்சர் கருணாநிதி டெல்லி சென்றார். அப்போது முதலமைச்சர் கருணாநிதியை மத்திய வெளியுறவுத்துறை செயலாளர் கேவல் சிங் சந்தித்துப் பேசினார். அவருடன் பல அதிகாரிகளும் வந்திருந்தனர். கச்சத்தீவை இலங்கைக்குக் கொடுக்கும் விவகாரத்தில் தமிழக மக்களின் அதிருப்தி உணர்வுகளை கேவல் சிங்கிடம் எடுத்துச் சொன்ன முதலமைச்சர் கருணாநிதி, எக்காரணத்தை முன்னிட்டும் கச்சத்தீவை இலங்கைக்குத் தந்துவிடவே கூடாது என்றும் வலியுறுத்தினார்.

பின்னர் பிரதமர் இந்திரா காந்தியைச் சந்தித்துப் பேசினார் முதலமைச்சர் கருணாநிதி. அப்போது கச்சத்தீவு இந்தியாவுக்குச் சொந்தமானது என்பதை நிரூபிக்கும் வகையிலான ஆதாரங்களை எடுத்துச் சென்று காட்டினார். காரணம், கச்சத்தீவு தொடர்பாக

நிகழ்ச்சி ஒன்றில் இந்திராகாந்தியுடன் கருணாநிதி. அருகில் மாதவன்

முதலமைச்சர் கருணாநிதிக்குப் பிரதமர் எழுதிய கடிதத்தில், 'கச்சத்தீவு இந்தியாவுக்குச் சொந்தமானது என்பதற்கான ஆதாரங்கள் தேடப்பட்டு வருகின்றன' என்ற வரிகள் இடம்பெற்றிருந்ததுதான். ஆதாரங்களைக் காட்டியதோடு, கச்சத்தீவை எக்காரணத்தை முன்னிட்டும் இலங்கைக்குத் தாரை வார்த்துவிடக் கூடாது என்று வலியுறுத்தினார்.

பின்னர் கச்சத்தீவு குறித்த தமிழக அரசின் நிலைப்பாடு குறித்து விரிவான கடிதம் ஒன்றையும் பிரதமர் இந்திரா காந்திக்கு அனுப்பிவைத்தார். அதில் முக்கிய ஆதாரங்கள் பற்றிய

குறிப்புகளையும் எழுதியிருந்தார். அந்தக் கடிதத்தின் முக்கியப் பகுதிகள் மட்டும் இங்கே:

'கச்சத்தீவு பிரச்னை குறித்து வெளியுறவுத்துறை செயலர் கேவல்சிங் என்னுடன் பேசினார். கச்சத்தீவு பற்றிய ஆதாரங்கள் சேகரிக்கப்பட்டன. அவற்றை ஆராய்ந்து பார்த்தால் பலவிஷயங்கள் நமக்குச் சாதகமாகவே இருக்கின்றன. கச்சத்தீவு என்பது இலங்கை அரசுக்கு உட்பட்ட தீவாக எந்தக் காலத்திலும் இருந்ததில்லை என்று தெரியவருகிறது. டச்சு, போர்த்துகீசிய மன்னர் காலத்து வரைபடங்கள்கூட அப்படித்தான் சொல்கின்றன. 1954ல் இலங்கை வெளியிட்ட வரைபடத்திலும் கச்சத்தீவு அவர்களுடையது என்று சொல்லப்படவில்லை. கச்சத்தீவுக்கு செல்லும் பாதையிலும், கச்சத்தீவின் மேற்குப்பகுதிக் கரை ஓரத்திலும் சங்கு எடுக்கும் உரிமை ராமநாதபுரம் ராஜாவுக்கு இருந்தது என்பதைக் காட்ட ஏராளமான ஆதாரங்கள் இருக்கின்றன. அங்கு சங்கு எடுத்ததற்காக, அவர் எந்தக் காலத்திலும் இலங்கை அரசுக்குக் கப்பம் கட்டியதுகூட இல்லை. ஆக, கைவசம் இருக்கும் இந்த ஆதாரங்களைக் கொண்டு கச்சத்தீவு இந்தியாவின் ஒரு பகுதிதான் என்பதை எந்த சர்வதேச நீதிமன்றத்திலும் நிரூபிக்க முடியும். எனவே, இலங்கை பிரதமர் இந்தியாவுக்கு வரும்பொழுது, இந்த ஆதாரங்களை எடுத்துக்காட்டி, 'கச்சத்தீவு இலங்கைக்கு சொந்தமல்ல' என்று நிரூபிக்க முடியும்.'

பிரதமர் இந்திரா காந்தியைச் சென்று சந்தித்துப் பேசியபிறகு மீண்டும் ஒருமுறை டெல்லி சென்றார் முதலமைச்சர் கருணாநிதி. அப்போது நடந்த விருந்து நிகழ்ச்சியில் மத்திய வெளியுறவுத்துறை அமைச்சர் ஸ்வரண்சிங்கும் முதலமைச்சர் கருணாநிதியும் சந்தித்துப் பேசினர். கச்சத்தீவு பற்றிப் பேசிய மத்திய அமைச்சரிடம், கச்சத்தீவை இலங்கைக்குக் கொடுப்பதற்குத் தமிழக அரசு சம்மதிக்காது என்று தெளிவுபடுத்தினார் முதலமைச்சர் கருணாநிதி. என்றாலும், இதுவிஷயமாக மத்திய வெளியுறவுத்துறை செயலாளர் கேவல் சிங் உங்களைச் (கருணாநிதியை) சந்தித்துப் பேசுவார் என்றார் ஸ்வரண் சிங். அதன்படியே மத்திய வெளியுறவுத்துறை செயலாளர் கேவல் சிங் முதலமைச்சர் கருணாநிதியைச் சந்தித்து கச்சத்தீவு குறித்துப் பேசினார். அப்போதும் கச்சத்தீவு இந்தியாவுக்குச் சொந்தமானது என்பதற்கான ஆதாரங்களை முன்வைத்துப் பேசிய முதலமைச்சர் கருணாநிதி, கச்சத்தீவு விவகாரத்தில் இந்திய அரசு தமிழ்நாட்டு மக்களுக்கு ஆதரவான நிலைப்பாட்டை எடுக்கவேண்டும் என்றும் அதில் உறுதி மாறாமல் இருக்கவேண்டும் என்றும் கேட்டுக்கொண்டார்.

06

அந்தோனியார் கோயில் திருவிழா

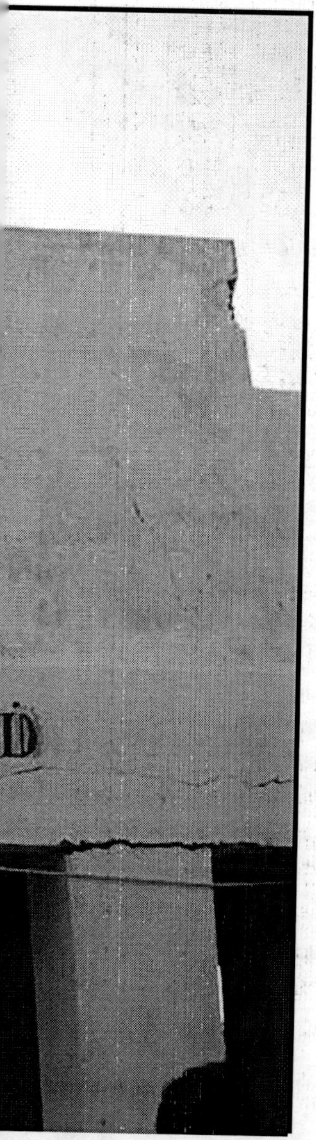

1974 ஜனவரி மாதத் தொடக்கத்தில் இந்தியாவுக்கு அரசுமுறைப் பயணம் வந்தார் இலங்கை பிரதமர் சிறிமாவோ பண்டாரநாயக. பயணத்தின் நோக்கமே கடந்த ஆண்டு இலங்கையில் இருநாட்டுப் பிரதமர்களுக்கு இடையே நடந்த பேச்சுவார்த்தைகள் மற்றும் அதிகாரிகள் இடையிலான பேச்சுவார்த்தைகள் ஆகியவற்றில் விவாதிக்கப்பட்ட அம்சங்கள் குறித்து இறுதியான நிலைப்பாட்டை எடுக்கவேண்டும் என்பதுதான்.

இலங்கைப் பிரதமர் இந்தியா வருகிற நேரத்தில் கச்சத்தீவு குறித்த தமிழக அரசின் நிலைப்பாட்டை மீண்டும் வலியுறுத்தும் வகையில் பிரதமர் இந்திரா காந்திக்குக் கடிதம் எழுதினார் முதலமைச்சர் கருணாநிதி. கச்சத்தீவு இந்தியாவுக்குச் சொந்தம் என்பதற்கான ஆதாரங்களை இலங்கை பிரதமரிடம் எடுத்துக்காட்டி, உண்மை நிலைமையை விளக்கவேண்டும் என்று அந்தக் கடிதத்தின் வழியாகப் பிரதமரைக் கேட்டுக்கொண்டிருந்தார் முதலமைச்சர் கருணாநிதி.

அப்போது அதிமுக பொதுச்செயலாளர் எம்.ஜி.ஆரிடம் இருந்து ஒரு கேள்வி வந்தது. ஆம். திமுக பொருளாளராக இருந்த எம்.ஜி.ஆருக்கும் திமுக தலைவரும் முதலமைச்சருமான மு. கருணாநிதிக்கும் இடையே ஏற்பட்ட கருத்து வேறுபாடுகள் காரணமாக திமுக இரண்டாகப் பிளவுபட்டிருந்தது. எம்.ஜி.ஆர் தலைமையில் அண்ணா திராவிட முன்னேற்றக் கழகம் என்ற புதிய கட்சி உருவாகியிருந்தது. அது திமுகவுக்கு எதிராகச் சண்டமாருதம் செய்துகொண்டிருந்தது.

இந்தியாவுக்கு வந்த இலங்கை பிரதமர் தமிழகத்துக்கு வந்தபோது கச்சத்தீவு தொடர்பாக மகஜர் கொடுக்க தமிழ்நாடு அரசு ஏன் முன்வரவில்லை? - இதுதான் எம்.ஜி.ஆர் எழுப்பிய கேள்வி.

அதற்குப் பதிலளித்த முதலமைச்சர் கருணாநிதி, 'இந்திய நாட்டின் மாநில முதல்வரான நான், வேறொரு நாட்டின் பிரதமரிடம் மகஜர் கொடுப்பது என்பது இந்திய அரசியலமைப்புச் சட்டத்தை மீறுவது போன்றது. இந்திய நாட்டு விஷயம் பற்றி வேறொரு நாட்டுப் பிரதமரிடம் பேசும் அதிகாரம் இந்தியப் பிரதமர் அல்லது மத்திய அமைச்சர்களுக்குத்தான் இருக்கிறதே தவிர, மாநில முதலமைச்சருக்கு அல்ல' என்றார்.

கச்சத்தீவைத் தாரைவார்த்துக் கொடுப்பதில் தமிழ்நாட்டு அரசியல் தலைவர்கள் மத்தியில் சின்னச்சின்ன கருத்துவேறுபாடுகள் இருந்தபோதும், 'தாரைவார்க்கப்படக்கூடாது' என்ற நிலைப்பாட்டில் பொதுவாக ஓரணியில்தான் இருந்தனர். ஆனால் கச்சத்தீவை இலங்கைக்குக் கொடுத்து, அந்த நாட்டுடன் நட்புறவைப் பேணுவதில் பிரதமர் இந்திரா காந்தி அதீத ஆர்வத்துடன் இருந்தார். அவருடைய சிந்தனை ஓட்டத்தை நாடாளுமன்றத்தில் அவர் பேசிய பேச்சு படம்பிடித்துக் காட்டியது.

28 பிப்ரவரி 1974 அன்று மாநிலங்களவையில் குடியரசுத் தலைவர் உரையின் மீதான விவாதத்துக்குப் பதிலளித்துப் பேசிய பிரதமர் இந்திரா காந்தி, 'ராஜீய ரீதியாக, பொருளாதார ரீதியாக, கலாசார ரீதியாக என்று அண்டை நாடுகளுடன் நெருக்கமான உறவை ஏற்படுத்திக்கொள்வதற்கு வசதியாக புதிய மற்றும் விரிவான நடவடிக்கைகள் மேற்கொள்ளப்படுகின்றன. அத்தகைய நடவடிக்கைகள் இலங்கைக்கு மட்டுமல்ல, இதர அண்டை நாடுகளான ஆப்கனிஸ்தான், ஈரான், ஈராக் மற்றும் இதர அரபு நாடுகளுக்கும் பொருந்தும்' என்றார்.

பிரதமர் இந்திரா காந்தியின் இத்தகைய பேச்சு இலங்கை ஆட்சியாளர்களுக்கு பலத்த உற்சாகத்தைக் கொடுத்தது. கூடவே,

துணிச்சலையும் வாரி வழங்கியிருந்தது. அதை அந்த ஆண்டு கச்சத்தீவில் நடந்த அந்தோனியார் கோயில் திருவிழாவில் வெளிப்படுத்தினர்.

அது என்ன அந்தோனியார் கோயில் திருவிழா?

மீன்பிடிக்கக் கடலுக்குள் செல்லும் மீனவர்கள், தங்கள் தொழிலை முடித்துக்கொண்டு, உயிருடன் மீண்டு வருவார்கள் என்பதற்கு எந்தவிதமான உத்தரவாதமும் கிடையாது. கடலின் குணாதிசயங்கள் அத்தனை ஆபத்தானவை. ஆகவே, கடலுக்குப் புறப்படும் மீனவர்கள் தமது தாயிடமோ அல்லது மனைவியிடமோ கொஞ்சம் அரிசி வாங்கி வாயில் போட்டுக் கொண்டு செல்வார்கள். இறந்தபிறகு வாய்க்கரிசி போட முடியாது என்பதற்காக இந்த ஏற்பாடு. இது வெறும் வாய்வழிக் கதை அல்ல; இன்றும் புழக்கத்தில் இருக்கும் சோகம்.

உயிரைப் பணயம் வைத்துக் கடலுக்குள் செல்லும் மீனவர்களுக் கென்று பிரத்யேகமாக சில காவல் தெய்வங்கள் இருக்கின்றன. மழை, புயல், கடல் கொந்தளிப்பு போன்ற இயற்கைச் சீற்றங்களில் இருந்து தங்களைப் பாதுகாக்கவேண்டும் என்று அந்த தெய்வங்களிடம் வேண்டிக் கொள்வார்கள் மீனவர்கள். ஒவ்வொரு பகுதிக்கு ஒவ்வொரு காவல் தெய்வம். ராமேஸ்வரம் உள்ளிட்ட தமிழகத்தைச் சேர்ந்த மீனவர்கள் பலருக்கும் கச்சத்தீவில் இருக்கும் புனித அந்தோனியார்தான் காவல் தெய்வம். அவரை மனத்துக்குள் நினைத்துக்கொண்டு கடலில் இறங்குவது என்றால் உயிருக்குக் காப்பீடு செய்துவிட்டு இறங்குவது என்று அர்த்தம். அந்தோனியாரை ஆபத்தில் இருந்து காக்கும் ரட்சகராக நினைத்து பூஜிக்கின்றனர் மீனவர்கள்.

இந்தப் புனித அந்தோணியார் கோயில் உருவாக்கத்தின் பின்னணிக் கதை சுவாரஸ்யமானது. தேவைகள் நிறைவேறவேண்டும் என்று கோயிலுக்குச் சென்று வேண்டிக்கொள்வார்கள். தேவை நிறைவேறியதும் அதே கோயிலுக்குச் சென்று நேர்த்திக்கடன் செய்வார்கள். இதுதான் வழக்கமான நடைமுறை. ஆனால் ஒரு மீனவர் தன்னுடைய நேர்த்திக் கடனை நிறைவேற்றுவதற்காகப் புதிய கோயில் ஒன்றையே உருவாக்கியுள்ளார்.

ராமநாதபுரம் மாவட்டம் திருவாடானை அருகே உள்ள நம்புத்தாழை என்ற சிற்றூரைச் சேர்ந்தவர் சீனிக்குப்பன் படையாட்சி. கடலை நம்பிப் பிழைப்பு நடத்தும் மீனவர். அவருடைய வேண்டுதல் இயற்கை சீற்றம் தொடர்பானதுதான். வழக்கம்போல மீன்பிடிக்கக் கடலுக்குள் சென்றார் சீனிக்குப்பன். திடீரென பலத்த புயல் வீசத் தொடங்கியது.

ஆர். முத்துக்குமார்

ஒத்தாசைக்கு ஆள் இல்லாத சூழலில் உயிருக்குப் போராடிய சீனிக்குப்பன், இயேசுவின் சீடர்களுள் ஒருவரான புனித அந்தோனியாரை வேண்டிக் கொண்டார்; நம்பிக்கையுடன் படகைச் செலுத்தினார். உயிருக்கு எந்தவிதமான ஆபத்தும் இல்லாமல் கரை திரும்பினார்.

தன்னுடைய உயிரைக் காப்பாற்றிய அந்தோனியாருக்கு நன்றி தெரிவிக்க நினைத்தார். அப்போதுதான் அந்த யோசனை அவருக்கு வந்தது. அந்தோனியாரை வெறும் சொரூப வடிவமாகவே வணங்குகிறோம். ஏன் அவருக்கென்று பிரத்யேகமாக ஒரு கோயிலை உருவாக்கக்கூடாது? நினைத்த மாத்திரத்தில் களத்தில் இறங்கினார். புனித அந்தோனியார் கோயில் உருவானது. சீனிக்குப்பன் படையாட்சி உருவாக்கிய கோயிலுக்கு மேற்கூரைக்கு ஓடுகள் வேயும் பொறுப்பை ஏற்றுக் கொண்டவர் அதே ராமநாதபுரம் மாவட்டத்தின் ஓலைக்குடா கிராமத்தைச் சேர்ந்த மீனவரான அந்தோணி பிள்ளை.

நல்ல மீன்கள் கிடைக்கவேண்டும்; நிறைய மீன்கள் கிடைக்கவேண்டும்; இயற்கை ஆபத்தில் இருந்து பாதுகாக்கவேண்டும்; இவைதான் மீனவர்களின் அதிகபட்ச கோரிக்கைகள். அதை அந்தோனியாரிடம் சொல்லிவிட்டுப் புறப்படுவது மீனவர்களின் அன்றாட நடவடிக்கையாக மாறிவிட்டது. மீனவர்களுக்கு அவர்தான், ரட்சகர். அவர்தான், மீட்பர். அவர்தான் எல்லாமே!

கச்சத்தீவில் இருக்கும் அந்தோனியார் கோயில் போலவே அருகில் இருக்கும் பாலைத்தீவிலும் அந்தோனியார் கோயில் ஒன்று இருக்கிறது. கச்சத்தீவு அந்தோனியார் கோயிலின் நிர்வாகம் நெடுந்தீவு ஆலயப்பங்கின் கீழும் பாலைத்தீவு அந்தோனியார் கோயிலின் நிர்வாகம் வலைப்பாடு ஆலயப்பங்கின் கீழும் இருக்கின்றன. இரண்டுமே யாழ்ப்பாண மறை மாவட்ட ஆயரின் வசமே இருக்கின்றன.

கோயிலைக்கட்டியதும் மேம்படுத்தியதும் தமிழர்கள். நிர்வாகம், இலங்கையைச் சேர்ந்தவர்கள் வசம். இந்த இடத்தில் இருந்தே பிரச்னை தொடங்கிவிட்டது. கச்சத்தீவு தாரைவார்க்கும் விஷயத்தில் இந்த மறைமாவட்ட விவகாரத்தைத்தான் இலங்கை அரசு தனக்குச் சாதகமாகப் பயன்படுத்திக் கொண்டது. பிரச்னை பற்றிப் பார்ப்பதற்கு முன்னால் ஆலய வழிபாடு, திருவிழா பற்றிப் பார்த்துவிடலாம்.

வெறுமனே ஆபத்து வரும்போது வேண்டிக்கொள்வதும் சிறியதாக ஒரு நேர்த்திக் கடனைச் செய்வதும் போதுமானதல்ல என்பது நினைத்தனர் கச்சத்தீவு மீனவர்கள். அதன் காரணமாகவே, ஆண்டுக்கு ஒருமுறை பிரம்மாண்டமான திருவிழா ஒன்றை அந்தோனியாருக்காக நடத்தத் தொடங்கினர். கிறித்தவர்கள் விமரிசையாகக் கொண்டாடும் பாஸ்க் திருவிழா சமயத்தில்தான் அந்தோனியார் கோயில் திருவிழாவும் நடப்பது வழக்கம்.

ஒவ்வொரு ஆண்டும் பங்குனி அல்லது சித்திரை மாதங்களில் ஆறு வாரங்களுக்கு பாஸ்க் திருவிழா கொண்டாடப்படும். அதன் மூன்றாவது வாரத்தில் கச்சத்தீவு அந்தோனியார் கோவிலில் திருவிழா நடக்கும். அதற்கடுத்த வாரம் பாலைத்தீவு அந்தோனியார் கோயிலில் திருவிழா. அதை நடத்திக்கொடுக்கும் பொறுப்பு அருகில் இருக்கும் தங்கச்சி மடத்தைச் சேர்ந்த பங்கு குருவுக்குச் சொந்தமானது.

பங்குனி, சித்திரை மாதங்களைத் தேர்வு செய்ததற்கும் காரணம் இருக்கிறது. கடல் அலைகளின் தாக்கம் அதிகமாக இருக்கும் காலத்துக்கு மீனவர்கள் மொழியில் சோளகம் என்று பெயர். அந்தச் சமயத்தில் கச்சத்தீவுக்கு செல்வது பாதுகாப்பானதாக இருக்காது. ஆகவே, சோளகம் தொடங்குவதற்கு முன்னால் எல்லோரும் கச்சத்தீவுக்குச் சென்று திருவிழாவில் கலந்துகொண்டு, பத்திரமாக ஊர் திரும்பவேண்டும் என்பதற்காகவே இந்தக் குறிப்பிட்ட மாதங்களைத் தேர்வுசெய்துள்ளனர் மீனவர்கள்.

தொடர்ச்சியாக மூன்று நாள்கள் நடக்கும் அந்தோனியார் திருவிழா தினங்களை இந்தியா, இலங்கை தமிழ் மீனவர்களின் கொண்டாட்ட தினங்கள் என்று சொல்லலாம். குருநகர், ஊர்காவற்றுறை, நெடுந்தீவு, குறிகட்டுவான், மயிலிட்டி, தலைமன்னார், பேசாலை போன்ற கிராமங்களில் இருந்து ஏராளமான மீனவர்கள் குடும்பத்துடன் வந்து கலந்துகொள்வார்கள்.

வெறுமனே ஆன்மிகத் திருவிழாவாக மட்டும் அல்லாமல், தங்களுடைய சொந்தபந்தங்களுடன் - உற்றார் உறவினர்களுடன் பேசி, மகிழ்வதற்கான களமாகவும் மீனவர்கள் பயன்படுத்துகிறார்கள். தமிழக மீனவர்கள் மட்டுமல்ல; இலங்கையைச் சேர்ந்த மீனவர்களும் கச்சத்தீவு அந்தோனியார் கோயில் திருவிழாவில் கலந்துகொள்வது வழக்கம்.

தோட்டத் தொழிலாளர்களாக தமிழகத்தில் இருந்து இலங்கைக்குச் சென்றவர்கள் தமிழ்நாட்டில் இருக்கும் தம்முடைய சொந்தபந்தங்களைச் சந்திப்பதற்கு அற்புதமான வாய்ப்பாக

திருவிழாவையே நினைக்கின்றனர். அந்த வகையில் அந்தோனியார் கோயில் திருவிழா, ஒரு உணர்ச்சிக்குவியல் என்றே சொல்லலாம்.

அதைப்போலவே வர்த்தக கேந்திரமாகவும் திருவிழா நடக்கும் பிராந்தியம் மாறுவது உண்டு. இலங்கையில் பிரதானமாக விளையும் தேங்காய்கள் (மெகா சைஸ் யாழ்ப்பாணத் தேங்காய்), தேங்காய் எண்ணெய், குளியல் சோப், தங்கம், வெள்ளி, கிராம்பு, பாக்கு, வாசனை திரவியங்கள், ஏலக்காய் உள்ளிட்ட பொருள்களை இலங்கை மக்கள் எடுத்துவருவார்கள். தமிழகத்தில் இருந்து செல்பவர்கள் சங்குப் பொருள்களையும் வளையல், மணி, மாலைகளையும் பட்டுச் சேலைகளையும், வேட்டித் துண்டுகளையும் எடுத்துச் செல்வார்கள். கச்சத்தீவில் வைத்து சிறிய அளவிலான பண்டமாற்று வர்த்தகம் நடப்பது உண்டு.

ஆக, ஆன்மிக கேந்திரமாக - உறவுகளுக்கான பாலமாக - வர்த்தகத்துக்கான வாய்ப்பாக என்று மூன்று வகைகளில் மீனவர்களுக்கு நெருக்கமாக இருக்கும் அந்தோனியார் கோயில் திருவிழா 1974 ஆம் ஆண்டு வித்தியாசமான முறையில் நடந்தேறியது. அதுவரை நடந்திராத சில காரியங்கள் நடந்தன.

23 மார்ச் 1974 அன்று கச்சத்தீவில் நடந்த அந்தோனியார் கோயில் திருவிழாவுக்கு வழக்கம்போல இலங்கையில் இருந்தும் தமிழ்நாட்டில் இருந்தும் ஏராளமான பக்தர்கள் சென்றிருந்தனர். அப்போது எந்தவிதமான முன்னறிவிப்பும் இல்லாமல் இலங்கை ராணுவ வீரர்கள் கச்சத்தீவில் வந்திறங்கினர். ஒழுங்கு நடவடிக்கை என்ற பெயரில் சிறுசிறு காரியங்களில் ஈடுபட்டனர். அதன்மூலம் கச்சத்தீவு தங்களுக்குச் சொந்தமான பகுதி என்ற தோற்றத்தை உருவாக்கும் முயற்சியில் இறங்கினர்.

இலங்கை ராணுவத்தின் இந்தச் செயலுக்கு இந்திய அரசு எதிர்ப்பு தெரிவித்திருக்க வேண்டும். ஆனால் அப்படியான எதிர்ப்புகள்

எதையும் இந்திய அரசு செய்யவில்லை. இது கவனிக்கவேண்டிய அம்சம்.

ஒரு நாட்டுக்குச் சொந்தமான பகுதிக்குள் வேறொரு நாட்டு ராணுவம் எந்தவித முன் அனுமதியைப் பெறாமலோ அல்லது முன்னறிவிப்பைச் செய்யாமலோ நுழைந்து, அதிகாரத்தைச் செலுத்தினால் உடனடியாக சம்பந்தப்பட்ட நாடு பகிரங்கமாக எதிர்ப்பு தெரிவிக்க வேண்டும். அப்படி எதிர்ப்பு தெரிவிக்கவில்லை என்றால் அந்த வேற்று நாட்டின் செயலை சம்பந்தப்பட்ட நாட்டு அரசு வாய்மொழியாகச் சொல்லாமல் அங்கீகரித்து விட்டது என்று அர்த்தம். இதுதான் சர்வதேச சட்டம். இது இலங்கைக்குச் சாதகமாக இந்திய அரசு செய்த காரியம் என்றே கருதப்பட்டது.

கிட்டத்தட்ட இந்தச் சமயத்தில்தான் இந்தியா சர்வதேச கவனத்தை ஈர்க்கும் வகையிலான காரியம் ஒன்றைச் செய்தது. மே 18, 1974 அன்று ராஜஸ்தான் மாநிலம் பொக்ரான் பாலை வனத்தில் வைத்து இந்தியா அணுகுண்டு சோதனை நடத்தியது. விளைவு, சர்வதேச அரங்கில் இந்தியாவின் மீது கண்டனக் கணைகள் வீசப்பட்டன. ஐக்கிய நாடுகள் சபையில் இருந்த பதினைந்து உறுப்பினர்களைக் கொண்ட தாற்காலிகக் குழு மூலமாக, இந்தியாவைக் கண்டித்துத் தீர்மானம் நிறைவேற்ற பாகிஸ்தான் முயற்சி மேற்கொண்டது.

இந்தியாவின் அபிமானத்தைப் பெற ஏதாவது வாய்ப்பு கிடைக்குமா என்று எதிர்பார்த்துக் காத்திருந்த இலங்கைக்கு பாகிஸ்தானின் கண்டனத் தீர்மான முயற்சிகள் மகிழ்ச்சியைக் கொடுத்தன. காரணம், அந்தக் குழுவின் தலைமைப் பொறுப்பில் இருந்தது இலங்கையே. ஆகவே, இந்தியாவுக்கு நேசக்கரம் நீட்டி, பாகிஸ்தானின் முயற்சிகளை முறியடித்தது இலங்கை. தக்க தருணத்தில் உதவிசெய்த இலங்கைக்கு ஏதேனும் பிரதியுதவி செய்ய வேண்டும் என்று நினைத்த பிரதமர் இந்திரா காந்தி, கச்சத்தீவை இலங்கைக்குக் கொடுப்பதற்கான வேலைகளைத் துரிதப்படுத்தத் தொடங்கினார்.

07

கச்சத்தீவு தாரை வார்க்கப்பட்டது!

இந்தியாவுக்குச் சொந்தமான கச்சத்தீவை இலங்கைக்குக் கொடுப்பதை தமிழக மக்கள் எதிர்க்கிறார்கள்; தமிழ்நாட்டு அரசியல் கட்சித் தலைவர்கள் எதிர்க்கிறார்கள்; தமிழ்நாடு அரசு எதிர்க்கிறது; அனைத்தைக் காட்டிலும் முக்கியமாக, கச்சத்தீவை நம்பி வாழ்கின்ற மீனவ மக்கள் எதிர்க்கிறார்கள். ஆனால் அத்தனை எதிர்ப்புகளையும் தூக்கித் தூரமாக வைத்துவிட்டு, கச்சத்தீவை இலங்கைக்குத் தாரை வார்க்கும் ஒப்பந்தங்கள் தயார் செய்யப்பட்டன.

அதன் தொடர்ச்சியாக மத்திய வெளியுறவுத்துறை செயலாளர் கேவல் சிங் தமிழக முதலமைச்சர் கருணாநிதியைச் சந்தித்துப் பேசுவதற்காக சென்னை வந்தார். அப்போது கச்சத்தீவை இலங்கைக்குக் கொடுப்பது தொடர்பான ஒப்பந்தம் குறித்து விளக்கினார். தமிழ்நாட்டு மக்களின் உணர்ச்சிகளோடு பின்னிப்பிணைந்து கிடக்கும் பகுதி கச்சத்தீவு; இந்தியாவுக்குச் சொந்தமான அந்தத் தீவை இலங்கைக்குக் கொடுப்பதை தமிழக மக்களும் தமிழக அரசும் விரும்பவில்லை என்பதை அவரிடம் தீர்க்கமாக விளக்கிச் சொன்னார் முதலமைச்சர் கருணாநிதி.

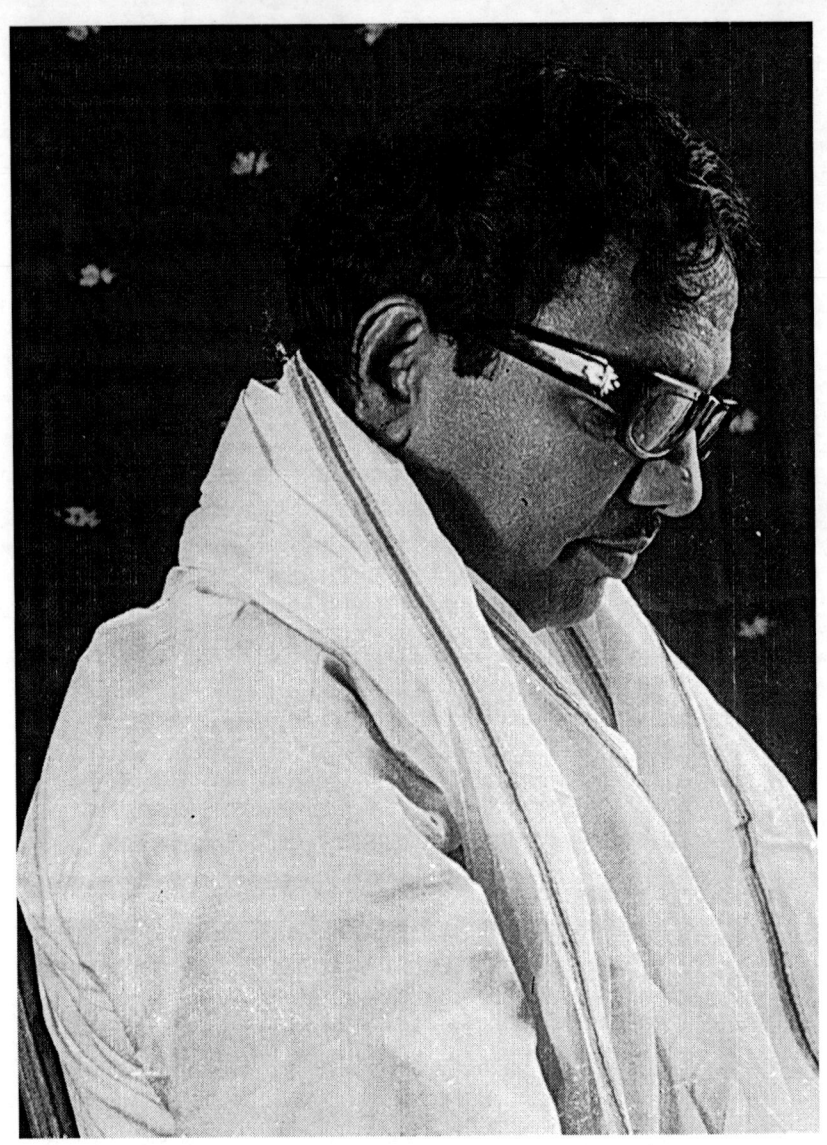

தமிழக மக்களும் தமிழ்நாடு அரசும் ஒருபக்கம் எதிர்ப்பு தெரிவித்துக் கொண்டிருக்க, இன்னொரு பக்கம் கச்சத்தீவைத் தாரை வார்க்கும் ஒப்பந்தத்தில் இடம்பெற வேண்டிய ஷரத்துகள் பற்றிய விவாதங்களில் ஈடுபட்டிருந்தனர் மத்திய அரசு அதிகாரிகள். ஒவ்வொரு ஷரத்தும் நுணுக்கமாகத் தயார் செய்யப்பட்டது.

ஒப்பந்தத்தின் ஷரத்துகள் அனைத்தும் இறுதிவடிவம் பெற்றதைத் தொடர்ந்து இந்தியாவின் சார்பில் இந்திய வெளியுறவுத்துறை

செயலாளர் கேவல் சிங் கொழும்பு சென்றார். இலங்கை சார்பில் அந்த நாட்டின் வெளியுறவுத்துறை செயலாளர் டபிள்யு.டி. ஜெயசிங்கே டெல்லி வந்தார்.

26 ஜூன் 1974 அன்று இந்தியா - இலங்கை இடையே கச்சத்தீவு தாரைவார்ப்பு ஒப்பந்தம் கையெழுத்தானது. இந்தியா சார்பாக பிரதமர் இந்திரா காந்தியும் இலங்கை சார்பாக இலங்கை பிரதமர் சிறிமாவோ பண்டாரநாயகாவும் கையெழுத்து போட்டனர். அந்தக் கையெழுத்தில் தமிழக மீனவர்களின் தலையெழுத்து தடம் புரண்டது. அதாவது, 26 ஜூன் 1974 அன்று இலங்கைப் பிரதமரும் 28 ஜூன் 1974 அன்று இந்தியப் பிரதமரும் ஒப்பந்தத்தில் கையெழுத்திட்டனர்.

அந்த ஒப்பந்தத்தில் இருந்த வாசகங்கள் முக்கியமானவை. இந்தியாவுக்கும் இலங்கைக்கும் இடைப்பட்ட நீர்ப்பரப்பில் இரு நாடுகளுக்கு இடையேயான எல்லை மற்றும் அவை தொடர்பான சிக்கல்களை நியாயமாகவும் சமமாகவும் தீர்த்துக்கொள்ளவே இந்த ஒப்பந்தம் என்று தொடக்கத்தில் குறிப்பிடப்பட்டுள்ளது. மேலும், இரு நாடுகளுக்கிடையே சிக்கலைத் தீர்க்கும் எண்ணத்துடன் - சிக்கல் முழுவதையும் அனைத்துக் கோணங்களில் இருந்தும், வரலாற்று ஆதாரங்களுடனும், சட்டமுறைகளையும் நோக்கிய பிறகு, இந்திய அரசும் இலங்கை அரசும் இந்த ஒப்பந்தத்துக்கு வந்துள்ளன என்றும் குறிப்பிடப்பட்டுள்ளது.

இந்த இடத்தில் மூன்று முக்கியமான கேள்விகள் எழுகின்றன.

சம்பந்தப்பட்ட பகுதி காரணமாக இரு நாடுகளுக்கு இடையே எல்லைப் பிரச்னை என்றால் அதைத் தீர்ப்பதற்காக எவ்வித விசாரணையையும் செய்யாமல் அந்தப் பகுதியையே இன்னொரு நாட்டுக்குத் தாரைவார்ப்பது எந்தவிதத்தில் சரியான காரியமாக இருக்க முடியும் என்பது முதல் கேள்வி.

வரலாற்று ஆதாரங்களுடன் ஆராய்ந்த பிறகே ஒப்பந்தம் போடப்பட்டுள்ளது என்று சொல்கிறது ஒப்பந்தத்தின் முன்னுரை. கச்சத்தீவு இந்தியாவுக்குச் சொந்தமானது என்பதற்குப் பல ஆதாரங்களை இந்திய அரசுக்குக் கொடுத்துள்ளது தமிழக அரசு. போதாக்குறைக்கு, இலங்கை அமைச்சரவையின் செயலாளராகப் பணியாற்றிய பி.பி. பெயரிஸ் தனது புத்தகம் ஒன்றில் கீழ்க்கண்டவாறு கூறியிருக்கிறார்.

I remember coming across this problem when I was an Assistant Legal Draftsman. I had to deal with the file for the purpose of verifying some of the boundaries of the Northern District. In the process of revising the draft proclamation, i had to trace the history of the boundary back over many years. I remember coming across a proclamation issued probably in the time of Queen Victoria , in which island of Kachchativu is excluded from the Northern District as it belonged to the Raja of Ramnad.

அதாவது, துணைச் சட்ட வரைவாளர் பதவியில் நான் இருந்தபோது, இந்தப் பிரச்னை (கச்சத்தீவு) பற்றி எனக்குத் தெரியவந்தது. வடக்கு மாவட்டத்தின் எல்லைகளைச் சரிசெய்வதற்காக கோப்பு ஒன்றைப் பார்க்க நேர்ந்தது. பின்னர் வரைவு அறிக்கையைத் திருத்தி எழுதும் பணியில் ஈடுபட்டபோது, எல்லையின் பல ஆண்டுகால வரலாற்றைத் தேட வேண்டியிருந்தது. அப்போது விக்டோரியா ராணி காலத்தில் வழங்கப்பட்ட ஒரு அரசாணையைப் பார்த்ததாக நினைவு. கச்சத்தீவு ராமநாதபுரம் ராஜாவுக்குச் சொந்தமானதாக இருந்ததால், அந்த மாவட்டத்தில் இந்தப் பகுதி இடம்பெறவில்லை என்று எழுதியிருக்கிறார் பி.பி. பெயரிஸ்.

தமிழக அரசின் ஆதாரங்கள், இலங்கை அதிகாரி சுட்டிக்காட்டும் இலங்கை அரசு ஆவணங்கள் உள்ளிட்ட எல்லாவற்றையும் நிராகரித்துவிட்டு, 'ஆதாரங்களின் அடிப்படையில் எழுதப்பட்ட ஒப்பந்தம்' என்று எப்படிச் சொல்லமுடியும்? என்பது இரண்டாவது கேள்வி.

சட்ட நடைமுறைகளை முன்வைத்து எழுதப்பட்ட ஒப்பந்தம் என்று சொல்கிறது ஒப்பந்தத்தின் முன்னுரை. இந்திய நாடாளுமன்றத்தின் மக்களவை, மாநிலங்களவையின் ஒப்புதல் இல்லாமல் இந்தியாவின் எந்தவொரு பகுதியையும் இன்னொரு தேசத்திடம் விட்டுக் கொடுக்கக் கூடாது என்பது 1960 ஆம் ஆண்டு வெளியான உச்சநீதிமன்றத் தீர்ப்பு. ஆனால் இந்த நடைமுறை கச்சத்தீவு விவகாரத்தில் ஏன் பின்பற்றப்படவில்லை என்பது மூன்றாவது கேள்வி.

மேலே இருக்கும் மூன்று கேள்விகளுக்கும் முறையான விடைகள் எதுவும் தரப்படவில்லை. போதாக்குறைக்கு, இலங்கைக்குத் தாரை வார்க்கப்படும் கச்சத்தீவின் அமைப்பு, அதன் எல்லைகள், அவற்றுக்கான உரிமைகள் தொடர்பான ஷரத்துக்கள் இலங்கைக்குச் சாதகமாகவே உருவாக்கப்பட்டன. அதேசமயம் தமிழக மீனவர்களையும் ஆன்மிகப் பயணிகளையும் திருப்தி செய்யும் வகையில் சில ஷரத்துகள் பெயரளவில் சேர்க்கப்பட்டன.

26 ஜூன் 1974 அன்று கையெழுத்தான அந்த ஒப்பந்தத்தில் ஒவ்வொரு ஷரத்தும் நுணுக்கமாகப் பார்த்துப் பார்த்து உருவாக்கப்பட்டிருந்தன.

ஷரத்து 1

சேது அணையில் இருந்து வடகே பாக் நீர்ச்சந்திப்பு வரையிலான வடகடலில், பின்வரும் நிலைகளில், அதில் கொடுத்துள்ள ஒழுங்குக்கு அமைய, நெடுங்கோட்டாலும் கிடைக்கோட்டாலும் சுட்டிய நிலைகளை ஒட்டிய பெரும் வட்டங்களின் இணைப்புக்கோடே, இந்திய, இலங்கையின் எல்லைக்கோடாகும்.

Position 1:	10° 05'	North, 80° 03'	East
Position 2:	09° 57'	North, 79° 35'	East
Position 3:	09° 40.15'	North, 79° 22.60'	East
Position 4:	09° 21.80'	North, 79° 30.70'	East
Position 5:	09° 13'	North, 79° 32'	East
Position 6:	09° 06'	North, 79° 32'	East

ஷரத்து 2

ஷரத்து 1ல் வரையறுக்கப்பட்டுள்ள புவியியல் பெருவட்ட நிலைகளையும் அவற்றை இணைக்கும் நேர்க்கோடுகளையும் இரு அரசுகளின் நில அளவையாளர்கள் ஏற்றுக்கொண்டு ஒப்பமிட்டுள்ளனர். எனவே, இரு அரசுகளால் வரையறுக்கப்பட்ட புவியியல் தொடர்ச்சியான நேர் வரைகோட்டின் நிலைகள் உறுதிப்படுத்தப்பட்டதாகும்.

ஷரத்து 3

நீர்ப்பரப்பிலும் கடற்படுகையிலும் மேற்கூறிய நிலைகள், எங்கெங்கு உள்ளன என்பதை இரு அரசுகளின் நில அளவை யாளர்கள் ஒருங்கிணைந்து தீர்மானிப்பார்கள்.

ஷரத்து 4

இந்தியா - இலங்கை இடையே உறுதிசெய்யப்பட்ட எல்லைக் கோட்டில், அந்தந்த நாடுகளின் பக்கம் உள்ள நீர்ப்பரப்பு, தீவுகளின் பரப்பு, கண்டமேடை, கடலின் அடிப்பரப்பு ஆகியவற்றை அந்தந்த நாடுகள் தங்களுடைய கட்டுப்பாட்டுக்குள் வைத்திருப்பதற்கு உரிமை உடையவை. தவிரவும், அவற்றின் மீது தத்தமது இறையாண்மையைச் செலுத்தவும் அந்த நாடுகளுக்கு உரிமை உண்டு.

ஷரத்து 5

மேற்கூறிய நான்காம் ஷரத்துக்கு அமைய, இந்திய மீனவர்களும் வழிபாட்டுக்குச் செல்லும் பயணிகளும் (உதாரணத்துக்கு: அந்தோணியார் கோவில் திருவிழா) இதுநாள்வரை கச்சத்தீவுக்கு

வந்து சென்றதைப் போலவே இனியும் வந்து செல்வதற்கு எந்தத் தடையும் இல்லை. கச்சத்தீவை அனுபவிக்க சம்பந்தப்பட்ட மீனவர்களுக்கு முழு உரிமை உண்டு. கச்சத்தீவுக்குள் நுழைவதற்கும் புழங்குவதற்கும் சிங்கள அரசிடம் இருந்து எந்தவிதமான பயண ஆவணங்களோ (பாஸ்போர்ட்), நுழைவு அனுமதிகளோ (விசா) பெறவேண்டிய அவசியம் எதுவும் இல்லை. இதற்காக இலங்கை அரசு எந்தவிதமான நிபந்தனையையும் தமிழக மீனவர்களுக்குக் கொடுக்க முடியாது.

ஷரத்து 6

இந்திய - இலங்கைப் படகுகளும் கப்பல்களும் கச்சத்தீவுக்குச் சென்றுவர என்றும் உள்ள மரபுவழி உரிமைகள் தொடர்ந்து நீடிக்கும்.

ஷரத்து 7

ஷரத்து 1ல் குறிக்கப்பட்டுள்ள கடற்பகுதிக்குள் பெட்ரோலியம், இயற்கை எரிவாயு உள்ளிட்ட பல்வேறு வகையான உலோகங்கள் கண்டுபிடிக்கப்பட்டால், கடல் பூமிக்குள் மணல், கனிமம் போன்றவைகளும் கண்டுபிடிக்கப்பட்டால், அந்த வளங்கள் எல்லையின் எந்தவொரு பகுதியில் இருந்தாலும், அவற்றை எடுப்பதற்கும் பயன்படுத்துவதற்கும் அவற்றின் மூலம் கிடைக்கும் வருவாயைப் பகிர்ந்து கொள்வதற்கும் இந்திய அரசும் இலங்கை அரசும் தங்களுக்குள் கலந்துபேசி, ஆலோசனை செய்து, இருதரப்புக்கும் இடையே முறையான உடன்பாடுகளைச் செய்துகொள்ளவேண்டும். அதன்பிறகே அந்த வளங்களைப் பயன்படுத்திக்கொள்ளும் உரிமை இரு நாடுகளுக்கும் கிடைக்கும்.

ஷரத்து 8

இந்த இரு நாடுகளுக்கு இடையேயான ஒப்பந்தம் உறுதிப் படுத்தப்பட்ட நாளில் இருந்து நடைமுறைக்கு வரும். உடன்பாடு கையெழுத்தான நாளில் இருந்து செயற்படுத்தப்படும்.

ஒப்பந்தத்தில் இடம்பெற்ற சில ஷரத்துகளைச் சுட்டிக்காட்டி, 'இது தமிழக மீனவர்களுக்குச் சாதகமான ஒப்பந்தம்தான்' என்று சொன்னது இந்திய அரசு. ஆனால் நமக்குச் சொந்தமான பகுதியை அடுத்தவனுடைய பெயருக்கு எழுதிக்கொடுத்துவிட்டு, நீங்கள் அந்தப் பகுதியின் வழியாகச் சென்று வருவதில் எந்தத் தடையும் இல்லை என்று சொல்வது எந்தவிதத்தில் சரியான காரியமாக இருக்கமுடியும் என்று தமிழக மீனவர்கள் கேள்வி எழுப்பினர்.

கேள்விகளைக் கேட்பது தமிழர்களின் பழக்கம். அந்தக் கேள்விகளை எல்லாம் நிராகரித்துவிட்டு, அடுத்து ஆகவேண்டிய காரியங்களைச் செய்வது இந்திய ஆட்சியாளர்களின் வழக்கம். கச்சத்தீவு கதை முடிந்து விட்டது என்று சொல்லி, அடுத்தடுத்த காரியங்களைக் கவனிக்கப் போய்விட்டனர் இந்திய ஆட்சியாளர்கள்.

அதிலும் குறிப்பாக பிரதமர் கொடுத்த விளக்கம் பலரையும் அதிர்ச்சியில் ஆழ்த்தியது.

'வெறுமனே சாட்சிகளின் அடிப்படையிலோ அல்லது கோரிக்கையின் அடிப்படையிலோ கச்சத்தீவு இலங்கைக்குத் தரப்படவில்லை; நிறைய அரசியல் காரணங்கள் அதன் பின்னால் அணிவகுக்கின்றன'

அவர் அப்படிச் சுலபமாகச் சொல்லிவிட்டாலும் தமிழ்நாட்டில் பலத்த கொந்தளிப்பு உருவாகியிருந்தது. தமிழக அரசு தொடங்கி அரசியல் கட்சிகள் வரை எல்லோருமே ஓரணியில் திரண்டு, எதிர்ப்பு தெரிவிக்கத் தயாராகினர்.

08

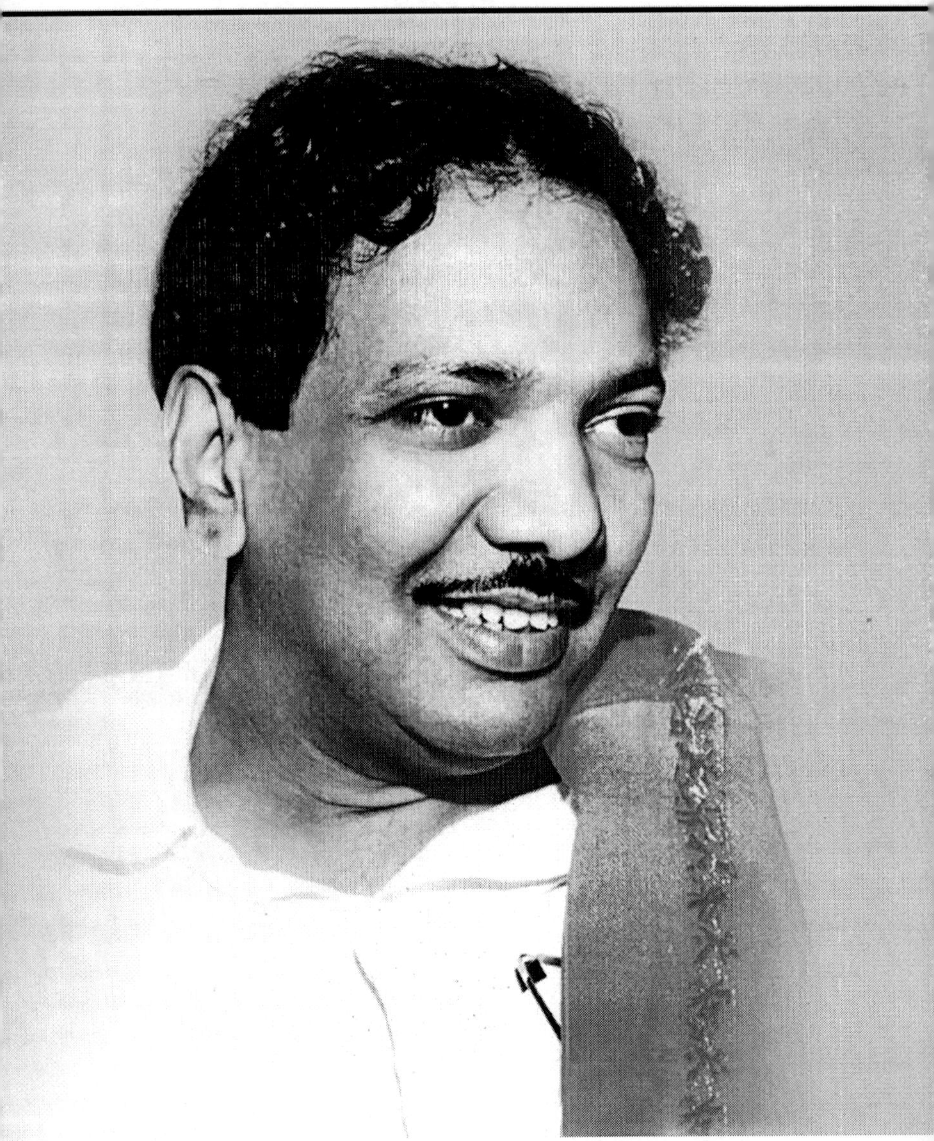

எதிர்ப்புகளும் எதிர்வினைகளும்

கச்சத்தீவைத் தாரைவார்த்துக் கொடுத்ததன்மூலம் நாம் கடலின் அடிப்பரப்பை, கடற்கரையைச் சார்ந்த மணல்மேட்டு நிலப்பரப்பை, கடலுக்கு அடியில் உள்ள கனிம வளத்தை, கடல்பகுதிக்கு மேலான வான்பகுதியை என்று ஏராளமானவற்றை இழந்திருக்கிறோம். ஆகவே, அதற்கான எதிர்வினைகளும் ஏராளமாக வரத்தொடங்கின.

மீனவர்கள் தொடங்கி முக்கிய அரசியல் தலைவர்கள் அனைவரிடம் இருந்தும் எதிர்வினைகள் வந்தன. சிலர் வருத்தம் தோய்ந்த குரலில் பேசினர். இன்னும் சிலர் காட்டமான மொழியில் கண்டித்தனர். சிலர் அழுத்தந்திருந்தமாகப் பேசி ஆவேசப்பட்டனர். சிலர் பட்டும் படாமல் பேசி ஒதுங்கிக்கொண்டனர். முக்கியமாக, ராமநாதபுரம் ராஜாவின் எதிர்வினை கண்ணீரும் கம்பலையுமாக வந்துசேர்ந்தது.

ம.பொ.சி

கச்சத்தீவை தாரைவார்த்த முடிவு மிகவும் துக்ககரமான முடிவு. கண்ணீர் விட்டு அழுவதைத் தவிர வேறு வழியில்லை! - இதுதான் ராமநாதபுரம் ராஜா ராமநாத சேதுபதியின் எதிர்வினை. மற்ற அனைவரைக் காட்டிலும் அவருடைய உணர்வுகள் முக்கியமானவை. காரணம், கச்சத்தீவு அவருக்குச் சொந்தமாக இருந்த பகுதி அல்லவா!

தமிழ்நாட்டின் எல்லைகளைக் காப்பாற்ற, கைவிட்டுப் போன பகுதிகளை மீட்டெடுக்கப் போராட்டம் நடத்தியவர்களுள் முக்கியமானவர் தமிழரசு கழகத்தின் தலைவர் ம.பொ.சிவஞானம். அதன் காரணமாக எல்லைப் போராட்ட வீரர் என்று பெயர் பெற்றவர். மொழிவாரி மாகாணப் பிரிவினைக்கு முன்னரும் பின்னரும் தமிழ்நாட்டுக்கு ஆதரவாக அவர் ஆற்றிய பணிகள் முக்கியமானவை. ஆகவே, கச்சத்தீவு தாரை வார்க்கப்பட்ட செயல் அவருடைய மனத்தைக் கடுமையாகப் பாதித்தது.

பி.கே. மூக்கையா தேவர்

'கச்சத்தீவு தமிழ்நாட்டுக்குச் சொந்தமானது. இலங்கைக்கு அதை வழங்கியது சர்வதேச அரசியலில் இந்தியா பலவீனமாக உள்ளதையே காட்டுகிறது. தமிழகம் இந்திய அரசியலில் எவ்வளவு அலட்சியமாக நடத்தப்பட்டு வருகிறது என்பதற்கு இதுவொரு எடுத்துக்காட்டாகும். மத்திய அரசின் முடிவை மாற்ற முடிகிறதோ, இல்லையோ, அதனை எதிர்ப்பதன் மூலம் தன்மான உணர்வைத் தமிழகம் வெளிப்படுத்த வேண்டும்' என்றார் ம.பொ. சிவஞானம்.

கச்சத்தீவை இழப்பதன் மூலம் முப்பது லட்சத்துக்கும் மேற்பட்ட கடலோரப் பகுதி மக்களுக்கு மிகுந்த சிரமம் ஏற்படும். இதனால் சேது சமுத்திரத் திட்டம் ஏற்படாத நிலை கூட உருவாகலாம். எனவே, கச்சத்தீவு விவகாரத்தில் இந்திய அரசு மறுபரிசீலனையில் ஈடுபட வேண்டும். இல்லையேல், மக்கள் கொந்தளிப்பை அடக்கமுடியாது என்றார் ஃபார்வர்ட் ப்ளாக் கட்சியின் தலைவரும்

ராமநாதபுரம் தொகுதி மக்களவை உறுப்பினருமான பி.கே. மூக்கையா தேவர்.

'தமிழகத்தில் தங்களுடைய கட்சி ஆட்சிக்கு வரவில்லையே என்ற கோபத்தில், தமிழக மக்களைத் தண்டிப்பதற்காகத்தான் இந்திரா காந்தி இப்படிச் செய்திருக்கிறாரோ என்ற சந்தேகம் எழுகிறது. வரவிருக்கும் தேர்தலில் மானமுள்ள தமிழன் எவனும் இந்திரா காங்கிரஸுக்கு ஒரு ஓட்டுக்கூடப் போடமாட்டான் என்பதை இந்திரா காந்திக்குத் தெரிவித்துக் கொள்கிறேன். கச்சத்தீவை இலங்கைக்குக் கொடுத்ததன்மூலம் இந்தியாவுக்கு அல்ல, தமிழகத்துக்குத்தான் முதல் ஆபத்து' என்றார் திமுக நாடாளுமன்ற உறுப்பினர் முரசொலி மாறன்.

கச்சத்தீவு இலங்கைக்குத் தாரைவார்க்கப்படக்கூடாது என்ற தமிழக அரசின் கருத்து திட்டவட்டமாகச் சொல்லப்பட்டபிறகும் அதனைத் துச்சமாக நினைத்துப் புறக்கணித்துவிட்டு, மற்ற நாட்டுக்குத் தானமளிப்பது இந்திய நாட்டின் ஒருமைப்பாட்டுக்கு உகந்ததாக அமையாது என்றார் இந்திய யூனியன் முஸ்லிம் லீக் கட்சியின் நாடாளுமன்ற உறுப்பினர் அப்துஸ் சமது.

கச்சத்தீவு விவகாரம் தொடர்பாக எழுந்துள்ள பிரச்னைகள் குறித்துப் பேசுவதற்காக அனைத்துக் கட்சிக் கூட்டத்துக்கு அழைப்பு விடுத்தார் முதலமைச்சர் கருணாநிதி. இம்மாதிரியான சமயங்களில் கடிதம் அனுப்புவதுதான் வழக்கமாகப் பின்பற்றப்படும் நடைமுறை. என்றாலும், பிரச்னையின் தீவிரம் கருதி பல தலைவர்களுக்குத் தந்தி மூலமாக அழைப்பு அனுப்பப்பட்டது.

29 ஜூன் 1974 அன்று கூடிய அனைத்துக்கட்சிக் கூட்டத்தில் ஸ்தாபன காங்கிரஸின் பொன்னப்ப நாடார், தமிழரசு கழகத்தின் ம.பொ. சிவஞானம், தமிழ்நாடு கம்யூனிஸ்ட் கட்சியின் மணலி கந்தசாமி, அதிமுகவின் சார்பில் சட்டமன்ற உறுப்பினர் செ. அரங்கநாயகம், முஸ்லிம் லீக்கின் திருப்பூர் மொய்தீன், சுதந்தரா கட்சியின் வெங்கடசாமி, தமிழரசு கழகத்தின் ஈ.எஸ்.தியாகராஜன், ஃபார்வர்ட் ப்ளாக் சார்பில் ஏ.ஆர்.பெருமாள் உள்ளிட்ட பலரும் கலந்துகொண்டனர்.

முக்கியமாக, இந்திரா காங்கிரஸின் ஏ.ஆர். மாரிமுத்துவும் கலந்துகொண்டார். கச்சத்தீவு தாரை வார்க்கும் விவகாரத்தில் இந்திரா காங்கிரஸ் கட்சிக்குள் கருத்துவேறுபாடு ஏற்பட்டது. கச்சத்தீவு தாரை வார்க்கும் முடிவுக்கு எதிர்ப்பு தெரிவித்து, அனைத்துக் கட்சிக் கூட்டத்தில் இந்திரா காங்கிரஸின் மூத்த தலைவர் ஏ.ஆர். மாரிமுத்து கலந்து கொண்டார். ஆனால் இந்திய

கம்யூனிஸ்ட் கட்சி, மார்க்சிஸ்ட் கம்யூனிஸ்ட் கட்சி ஆகியவற்றின் சார்பில் யாரும் கலந்துகொள்ளவில்லை. அவர்கள் கச்சத்தீவை இலங்கைக்குக் கொடுப்பதில் இந்திய அரசுக்கு ஆதரவான நிலைப்பாட்டை எடுத்திருந்தனர்.

கச்சத்தீவை இலங்கைக்குத் தாரைவார்த்துக் கொடுத்ததில் தமிழ்நாட்டு அரசியல் கட்சிகளுக்கு ஏற்பட்டுள்ள அதிருப்தியை மத்திய அரசுக்குத் தெரிவிக்கவேண்டும். கையெழுத்தான ஒப்பந்தத்தைத் திருத்தி எழுதுங்கள் என்று மத்திய அரசுக்குக் கோரிக்கை விடுக்கவேண்டும். இந்த இரண்டு விஷயங்களைக் கொண்டு தீர்மானம் ஒன்றை நிறைவேற்றி மத்திய அரசுக்கு அனுப்பலாம் என்று அனைத்துக்கட்சிக் கூட்டத்தில் முடிவு செய்யப்பட்டது. அதன்படியே தீர்மானம் தயாரானது.

கூட்டத்தில் கலந்துகொண்ட அனைத்துக் கட்சிப் பிரதிநிதிகளும் தீர்மானத்தில் கையெழுத்திட்டனர். ஒருவர் மட்டும் எதிர்ப்புக்குரல் எழுப்பினார். போதாக்குறைக்கு, கூட்டத்தில் இருந்து வெளிநடப்பும் செய்தார். அவர், அதிமுக பிரதிநிதி செ. அரங்கநாயகம். அவர் சமீபத்தில்தான் கோவை மேற்கு தொகுதி இடைத்தேர்தலில் அதிமுக சார்பில் வெற்றிபெற்றிருந்தார்.

கச்சத்தீவு தொடர்பான அனைத்துக் கட்சிக்கூட்டம் குறித்து பின்னாளில் ஜூனியர் விகடன் பத்திரிகைக்குப் பேட்டியளித்தார் செ. அரங்கநாயகம். அதில் இடம்பெற்ற முக்கியப் பகுதி மட்டும் இங்கே:

'அந்தக் கூட்டத்துக்கு என்னை போகச் சொன்ன எம்.ஜி.ஆர், 'கச்சத்தீவை இலங்கைக்குக் கொடுப்பது சரியாக இருக்காது. அந்தத் தீவு நம் நாட்டின் பாதுகாப்புக்கு அடிப்படை முக்கியத்துவம் வாய்ந்தது. மேலும், அதை இலங்கைக்குக் கொடுத்துவிட்டால், தமிழ்நாட்டு மீனவர்களுக்கு எப்போதும் பிரச்னையாக அமைந்துவிடும். அனைத்துக் கட்சிக் கூட்டத்தில் கலந்துகொண்டு, கச்சத்தீவைத் தாரை வார்க்கும் தீர்மானத்தை எதிர்க்கிறேன் என்று சொல்லிவிட்டு, வெளிநடப்பு செய்துவிடுங்கள்' என்று கூறினார்.

எம்.ஜி.ஆர் சொல்லி அனுப்பியது இதுதான். அதாவது, கச்சத்தீவைத் தாரைவார்ப்பதை எதிர்க்கிறேன் என்பதை மட்டும் வாய்மொழியாகச் சொல்லிவிட்டு, கூட்டத்தில் இருந்து வெளிநடப்பு செய்துவிடவேண்டும். ஆனால் அரங்கநாயகமோ கச்சத்தீவு விவகாரத்தில் தமிழக அரசு பதவி விலக வேண்டும் என்று கோரினார். இது எம்.ஜி.ஆரின் உத்தரவுப்படி நடந்த காரியமா, அல்லது அரங்கநாயகம் தன்னிச்சையாகச் செய்த காரியமா என்று

தெரியவில்லை. என்றாலும், கோரிக்கை நிராகரிக்கப்பட்டதைத் தொடர்ந்து அரங்கநாயகம் வெளிநடப்பு செய்துவிட்டார். பிறகு மத்திய அரசுக்குக் கோரிக்கை விடுக்கும் வகையிலான தீர்மானம் அனைத்துக்கட்சிக் கூட்டத்தில் நிறைவேறியது.

அனைத்துக் கட்சிக் கூட்டத்தில் இருந்து வெளியேறினாலும்கூட கச்சத்தீவைத் தாரைவார்க்கும் மத்திய அரசின் முடிவை அதிமுக எதிர்க்கவே செய்தது. அதன்காரணமாக, 'கச்சத்தீவுக்காகக் கச்சை வரிந்துகட்டுவோம்' என்று அதிமுக செயற்குழுக் கூட்டத்தில் தீர்மானம் ஒன்று நிறைவேற்றப்பட்டது.

அனைத்துக் கட்சிக் கூட்டத்தில் நிறைவேற்றப்பட்ட தீர்மானத்துடன் நிறுத்திக்கொள்ள முதலமைச்சர் கருணாநிதி விரும்பவில்லை. தமிழக சட்டமன்றத்தில் சிறப்புத் தீர்மானம் ஒன்றைக் கொண்டுவந்து தனது அதிருப்தியை அழுத்தந்திருத்தமாக வெளிப்படுத்த விரும்பினார். 1974 ஆகஸ்டு மாதத்தில் அந்தத் தீர்மானம் நிறைவேறியது.

'இந்தியாவுக்கு சொந்தமானதும், தமிழ்நாட்டுக்கு நெருங்கிய உரிமைகள் கொண்டதுமான கச்சத்தீவுப் பிரச்னையில் மத்திய அரசு எடுக்கும் முடிவு பற்றி, இந்தப் பேரவை தனது ஆழ்ந்த வருத்தத்தைத் தெரிவித்துக் கொள்ளுவதோடு - மத்திய அரசு இந்த முடிவை மறு பரிசீலனை செய்து கச்சத்தீவின் மீது இந்தியாவுக்கு அரசுரிமை இருக்கும் வகையில் இலங்கை அரசோடு செய்து கொண்டுள்ள ஒப்பந்தத்தைத் திருத்தி அமைக்க முயற்சி எடுத்து, தமிழ்நாட்டு மக்களின் உணர்வுகளுக்கு மதிப்பளிக்க வேண்டுமென்று வலியுறுத்துகிறது'

மத்திய அரசு எடுக்கும் முடிவுகளுக்கு மாநில அரசால் தன்னுடைய எதிர்ப்பைப் பதிவு செய்ய முடியுமே தவிர அந்த முடிவையே தடுத்து நிறுத்திவிட முடியாது. இதுதான் அன்றைக்கு இருந்த சூழ்நிலை. இன்றைக்கும் இதுதான் நிலைமை.

தீர்மானங்கள் எல்லாம் வரிசையாக நிறைவேற்றப்பட்டன. கண்டன அறிக்கைகள் அடுத்தடுத்து வெளியிடப்பட்டன. கச்சத்தீவு போய்விட்டது என்று அழுதுபுரண்டனர் தமிழக மீனவர்கள். இத்தனைக்கும் கச்சத்தீவு தாரை வார்க்கப்பட்டபோது இந்திய நாடாளுமன்றத்தில் தமிழகத்தைச் சேர்ந்த பல முக்கியத் தலைவர்கள் இடம்பெற்றிருந்தனர். சுருக்கமான பட்டியல் இது:

1. காமராஜர் நாகர்கோவில் ஸ்தாபன காங்கிரஸ்
2. இரா. செழியன் கும்பகோணம் திமுக

3. முரசொலி மாறன்	தென் சென்னை	திமுக
4. ஓ.வி. அளகேசன்	திருத்தணி	காங்கிரஸ்
5. பூவராகன்	மேட்டூர்	காங்கிரஸ்
6. எம். கல்யாண சுந்தரம்	திருச்சிராப்பள்ளி	இந்திய கம்யூனிஸ்ட்
7. கே. பாலதண்டாயுதம்	கோயமுத்தூர்	இந்திய கம்யூனிஸ்ட்
8. மூக்கையா தேவர்	ராமநாதபுரம்	ஃபார்வர்ட் ப்ளாக்
9. ஆர்.வி. சுவாமிநாதன்	மதுரை	இந்திரா காங்கிரஸ்
10. எஸ்.டி. சோமசுந்தரம்	தஞ்சாவூர்	திமுக
11. மா. காத்தமுத்து	நாகப்பட்டிணம்	இந்திய கம்யூனிஸ்ட்
12. முகமது சரீப்	பெரியகுளம்	இ.யூ. முஸ்லிம் லீக்

இத்தனை பேர் இருந்தும் அவர்களில் பல பேர் கடுமையாக எதிர்த்தும் கச்சத்தீவு இலங்கைக்குத் தாரை வார்க்கப்பட்டது. 23 ஜூலை 1974 அன்று இந்திய - இலங்கை ஒப்பந்தம் நாடாளுமன்றத்தில் தாக்கல் செய்யப்பட்டது. உடனடியாக எதிர்ப்புக்குரல் எழுப்பியவர் திமுக நாடாளுமன்ற உறுப்பினரான இரா. செழியன்.

'இந்த உடன்படிக்கையைத் தயார் செய்வதற்கு முன்பாக நமது நாடாளுமன்றத்தையும் சம்பந்தப்பட்ட மற்றவர்களையும் கலந்து ஆலோசனை செய்திருக்க வேண்டும். இந்தியாவின் ஒருபகுதியை மற்றொரு நாட்டிடம் ஒப்படைப்பது என்பது மிகவும் கீழ்த்தரமான செயல். அண்டை நாடான இலங்கைத் தீவுடன் நட்புறவுடன் இருக்கவேண்டும் என்பதற்காக இந்தியாவின் அரசியலமைப்புச் சட்டத்தையும் இறையாண்மை உரிமைகளையும் உதறித்தள்ளுவது சரியல்ல. இது, எந்த அரசாங்கத்தாலும் நினைத்துப்பார்க்க முடியாத, கேவலமான, படுமோசமான பாதகச் செயல். இந்த கீழ்த்தரமான உடன்படிக்கையைச் சிறிதும் ஏற்றுக்கொள்ளவில்லை' என்று சொல்லிவிட்டு அவையில் இருந்து வெளிநடப்பு செய்தார் இரா. செழியன்.

இரா. செழியன்

திமுகவில் இருந்து விலகி எம்.ஜி.ஆர் தலைமையிலான அண்ணா திமுகவில் இணைந்திருந்த நாஞ்சில் கி. மனோகரன் ஒப்பந்தம் குறித்த தனது அதிருப்தியை நாடாளுமன்றத்தில் வெளிப்படுத்தினார்.

'இந்தியாவுக்கும் இலங்கைக்கும் இடையே ஏற்பட்டுள்ள கச்சத்தீவு ஒப்பந்தம் துளியும் தேசப்பற்று இல்லாத, தேச விரோத ஒப்பந்தம். புனிதத் தன்மையற்ற இந்த ஒப்பந்தத்தின்மூலம்

இலங்கை பிரதமர் வெற்றியாளராக உருவெடுத்துள்ளார். இந்தியப் பிரதமர் தோல்வி முகத்துடன் காணப்படுகிறார். இது இந்திய நாட்டின் ஒருமைப்பாட்டின் மீது நடத்தப்பட்ட தாக்குதல்' என்று சொல்லிவிட்டு, நாடாளுமன்றத்தில் இருந்து வெளியேறினார்.

கச்சத்தீவு ராமநாதபுரம் மக்களவைத் தொகுதிக்குள் வருகிறது என்பதால் அந்தத் தொகுதி உறுப்பினர் பி.கே. மூக்கையா தேவர் பேச விரும்பினார். ஆனால் அதற்கு சபாநாயகர் அனுமதி மறுத்தார். பலத்த முயற்சிகளுக்குப் பிறகுதான் மூக்கையா தேவரால் பேச முடிந்தது.

'இன்று இலங்கை அரசு தனது ராணுவத்தை கச்சத்தீவை நோக்கிக் குவித்துக் கொண்டிருக்கிறது. அங்குள்ள மக்களின் உயிருக்கு ஆபத்து ஏற்பட்டுள்ளது. ஆனால் நீங்கள் எங்களை ஏமாற்றி விட்டீர்கள். எங்களுடன் கலந்து ஆலோசனை செய்யவில்லை. இதன்மூலம் இந்திய நாட்டுக்கே ஆபத்து ஏற்படும் சூழல் உருவாகியுள்ளது' என்று கூறிவிட்டு அவையில் இருந்து வெளிநடப்பு செய்தார். பெரியகுளம் தொகுதி மக்களவை உறுப்பினர் முகமது சரீபும் அவையில் இருந்து வெளிநடப்பு செய்தார்.

தமிழகத்தைச் சேர்ந்த நாடாளுமன்ற உறுப்பினர்கள் மட்டும் அல்லாமல் மற்ற மாநிலங்களைச் சேர்ந்தவர்களும் கச்சத்தீவு தாரை வார்ப்பு குறித்து தங்களுடைய எதிர்ப்பைப் பதிவுசெய்தனர். குறிப்பாக, காளாஹந்தி தொகுதி மக்களவை உறுப்பினரான சுதந்தரா கட்சியின் பி.கே. தியோ மத்திய அரசை நோக்கி சில கிடுக்கிப்பிடி கேள்விகளை எழுப்பினார்.

இந்திய அரசியலமைப்புச் சட்டத்தின்படி புதிய பகுதிகளை இந்தியாவுடன் சேர்ப்பதற்கு அல்லது கையகப்படுத்துவதற்குத்தான் இந்திய அரசுக்கு அனுமதி இருக்கிறதே தவிர, ஏற்கெனவே இருக்கும் பகுதிகளை இன்னொரு நாட்டுக்குத் தாரைவார்த்துக் கொடுக்க உரிமை இல்லை. ஆகவே, இலங்கை அரசுடனான ஒப்பந்தம் அரசியலமைப்புச் சட்டத்துக்கு எதிரானதா, இல்லையா என்ற கேள்வியை எழுப்பினார்.

கச்சத்தீவு விவகாரத்துக்கு முன்பே இதுபோன்ற சில அரசியலமைப்புக்கு எதிரான காரியங்களை மத்திய அரசு செய்திருக்கிறது. அந்தமான் தீவுகளில் ஒன்றான கொக்கோ தீவை பர்மாவுக்குக் கொடுத்தது இந்திய அரசு. மேற்கு வங்கத்தின் ஒருபகுதியாக இருந்த பெரு பாரி பகுதியின் சில பாகங்களை பாகிஸ்தானுக்குக் கொடுத்தது இந்திய அரசு. இப்படியே அண்டை நாடுகளுக்கு நம்முடைய நிலப்பகுதிகளைப் பிரித்துக் கொடுத்துக் கொண்டே போனால்

இந்திய அரசின் கட்டுப்பாட்டில் எந்த அளவுக்கு நிலப்பகுதிகள் இருக்கும் என்பதற்கு இப்போது விடை இல்லை என்றார் தியோ.

நமது நாட்டின் ஒருபகுதியை விட்டுக்கொடுத்து விடுவதால் மட்டும் அந்த நாட்டின் நட்பைப் பெற்றுவிட முடியாது. இந்தியாவுக்கும் இலங்கைக்கும் இடையே இப்போது கையெழுத்தாகி இருப்பது ஒப்பந்தம் அல்ல; சரணாகதி என்றார் ஜனசங்கத்தின் தலைவர் அடல் பிஹாரி வாஜ்பாய். மேலும், கச்சத்தீவைத் தாரைவார்த்ததற்கு எதிராக நீதிமன்றத்தில் வழக்கு தொடரப்படும் என்றும் அவர் அறிவித்தார். அந்தக் கட்சியைச் சேர்ந்த நாடாளுமன்ற உறுப்பினர் கிச்வாய் கச்சத்தீவு ஒப்பந்தப் பிரதியைக் கிழித்தெறிந்து தனது எதிர்ப்பை வெளிப்படுத்தினார்.

எல்லாவற்றுக்குமாகச் சேர்த்து வெளியுறவுத்துறை அமைச்சர் ஸ்வரண் சிங் விரிவாகப் பதிலளித்தார். அந்தப் பதிலில் இடம்பெற்ற முக்கிய அம்சங்கள் இவைதான்.

- இலங்கை அரசு கேட்கும் கச்சத்தீவு, இந்தியாவின் எல்லைப் பிரச்னையுடன் தொடர்புடைய பகுதி. இதற்கு ஒரு தீர்வுகாண சர்வதேச நீதிமன்றத்தையோ அல்லது மூன்றாவது தரப்பின் பஞ்சாயத்தையோ நாடுவதில் நமக்கு விருப்பமில்லை. நம்முடைய அண்டை நாடுகளுடன் ஏற்படும் பிரச்னைகளுக்கு பரஸ்பரப் பேச்சுவார்த்தை மூலமாக நாமே தீர்வுகாண வேண்டும் என்பதுதான் நம்முடைய நிலைப்பாடு.

- இந்தியப் பிரதமரும் இலங்கைப் பிரதமரும் நட்புரீதியாகப் பேச்சுவார்த்தை நடத்தி ஒரு தீர்வுக்கு வந்துள்ளனர். இந்த ஒப்பந்தத்தின்படி மீன்பிடி உரிமை, புனிதப்பயணம் செய்யும் உரிமை ஆகியவற்றைப் பெற்றுள்ளோம். இதன்மூலம் எதிர்காலத்தில் இந்தியாவும் இலங்கையும் தங்களுடைய உறவைப் பலப்படுத்திக்கொள்ள வாய்ப்புகள் பிரகாசமாகி இருக்கின்றன.

- கச்சத்தீவு இலங்கையின் சொத்தாக அறிவிக்கப்பட்ட போதும் நம்முடைய உரிமைகள் பாதிக்கப்படாது. தமிழக மீனவர்கள் கச்சத்தீவைச் சுற்றிலும் மீன் பிடிப்பதற்கும் கச்சத்தீவில் வலைகளைக் காய வைப்பதற்கும் எந்தவிதத் தடையுமில்லை.

கச்சத்தீவைத் தாரைவார்த்துக்கொடுப்பதற்கு முன்னால் தமிழக முதலமைச்சர் கருணாநிதியுடன் கலந்துபேசப்பட்டதா? என்ற கேள்வியை நாடாளுமன்ற உறுப்பினர்கள் எழுப்பினர். அதற்கு 'ஆம்' என்று பதிலளித்தார் அமைச்சர் ஸ்வரண் சிங். என்றால், கச்சத்தீவைக் கொடுப்பதற்கு அவர் சம்மதம் கொடுத்தாரா?

என்ற துணைக்கேள்வியை எழுப்பினர். ஆனால் அமைச்சரோ, 'கலந்துபேசினோம் என்றுதான் சொன்னேன் ' என்றார்.

ஒருவேளை, முதலமைச்சர் கருணாநிதி சம்மதம் தெரிவித்திருந்தால் அதை நாடாளுமன்றத்தில் பகிரங்கமாகச் சொல்லியிருப்பார் அமைச்சர் ஸ்வரண் சிங். ஆனால் அப்படி நேரடியாகச் சொல்லாமல், மழுப்பலாகச் சொன்னதன்மூலம் கச்சத்தீவைத் தாரைவார்க்கும் முடிவுக்கு முதலமைச்சர் கருணாநிதி ஒப்புதல் கொடுக்கவில்லை என்பது உறுதிசெய்யப்பட்டது.

அமைச்சரின் பதில் தொடர்பாக விளக்கம் கொடுத்த முதலமைச்சர் கருணாநிதி, 'கச்சத்தீவு தொடர்பாகத் தமிழக அரசிடம் கருத்துகேட்டுக் கடிதம் எழுதினார்களே தவிர மத்திய அரசின் சார்பில் தமிழக அரசைப் பேச்சுவார்த்தைக்கு அழைக்கவில்லை. என்றாலும், நானே வலியச் சென்று பிரதமரிடம் பேசினேன். அதன்பிறகு விருந்து நிகழ்ச்சிகளில் அமைச்சர் ஸ்வரண்சிங் சில வார்த்தைகள் பேசினாரே தவிர, அதுவும்கூட அதிகாரப்பூர்வமான கலந்தாய்வு அல்ல; கச்சத்தீவு பற்றி மத்திய அரசின் தூதராக வந்து பேசிய வெளியுறவுத்துறை செயலாளர் கேவல் சிங்கிடம்கூட கச்சத்தீவைக் கொடுக்க நாங்கள் சம்மதிக்கமாட்டோம் என்றுதான் கூறினேன். ஆகவே, திமுக அரசின் அனுமதியுடன் நடந்த பரிவர்த்தனை அல்ல இது' என்று தெளிவுபடுத்தினார் முதலமைச்சர் கருணாநிதி.

கச்சத்தீவு தொடர்பாக இந்திய நாடாளுமன்றத்தில் காரசாரமான விவாதம் நடந்துகொண்டிருந்த சமயத்தில் இந்திய கம்யூனிஸ்ட் உறுப்பினர் எம். கல்யாணசுந்தரம் முக்கியத்துவம் வாய்ந்த கேள்வி ஒன்றை எழுப்பினார். இத்தனைக்கும் அவர் கச்சத்தீவை இலங்கைக்குக் கொடுப்பதற்கு ஆதரவு தெரிவித்தவர். ஆனாலும் அந்த ஒப்பந்தத்தை நுணுக்கமாக ஆய்வு செய்து அந்தக் கேள்வியை எழுப்பினர்.

இந்திய மீனவர்கள் கச்சத்தீவுக்கு வந்துபோவதில் எந்தத் தடையும் இல்லை என்று ஒப்பந்தத்தின் ஒரு ஷரத்து கூறுகிறது. ஆனால் கச்சத்தீவுக்கு வந்து மீன்பிடிக்கலாமா? என்பது பற்றித் தெளிவுபடுத்தவில்லையே... இதுதான் எம். கல்யாண சுந்தரம் எழுப்பிய கேள்வி.

கச்சத்தீவு விவகாரத்தில் எழுப்பப்பட்ட கேள்விகளுள் தலை சிறந்த கேள்வி என்று இதைத்தான் சொல்கிறார்கள் வல்லுநர்கள். இந்தக் கேள்வியைச் சுற்றித்தான் இன்னமும் கச்சத்தீவு விவகாரம் நீடித்துக் கொண்டே இருக்கிறது.

எம். கல்யாணசுந்தரம்

அதற்கு பதிலளித்த அமைச்சர் ஸ்வரண் சிங், கச்சத்தீவின் மீதான இந்திய மீனவர்களின் பாரம்பரிய உரிமைகள் மாறாது என்றார். மீன்பிடிக்கலாம் என்பதை நேரடியாகச் சொல்லவில்லை. பூடகமாகவே பதிலளித்தார். ஒப்பந்தம் கையெழுத்தான சமயத்தில் இந்திய அரசும் அமைச்சர்களுடன் எத்தனை 'ஆழமான' புரிதல்களுடனும், தமிழக மக்களின் உரிமை விவகாரத்தில் எத்தனை அலட்சியத்துடனும் இருந்துள்ளனர் என்பதற்கு அமைச்சர் ஸ்வரண் சிங் அளித்த பூடகமான பதில்களே நேரடி சாட்சியங்கள். அமைச்சரின் இந்தப் பதிலைத்தான் இலங்கை ஆட்சியாளர்கள் இன்னமும் தங்களுக்குச் சாதகமாகப் பயன்படுத்திக் கொண்டிருக்கிறார்கள். நிற்க.

மத்திய வெளியுறவுத்துறை அமைச்சரின் பதில்கள் எதுவும் தமிழக நாடாளுமன்ற உறுப்பினர்களைக் கொஞ்சமும் திருப்திப்படுத்தவில்லை. அதிருப்தியுடனும் அங்கலாய்ப்புடனுமே முடிந்துபோனது நாடாளுமன்றக் கூட்டத்தொடர்.

கச்சத்தீவை இலங்கைக்குக் கொடுத்ததை எதிர்த்து வழக்கு தொடரப்படும் என்று ஜனசங்கத் தலைவர் அடல் பிஹாரி வாஜ்பாய் அறிவித்திருந்தார் அல்லவா.. அதைப் பின்பற்றி சென்னை உயர்நீதிமன்றத்தில் தமிழ்நாடு ஜனசங்கம் கட்சியின் செயலாளர் வழக்கறிஞர் கிருஷ்ணமூர்த்தி வழக்கு ஒன்றைத் தொடர்ந்தார். அவருடைய கோரிக்கை இதுதான்.

'நாடாளுமன்றத்தைக் கலக்காமலோ, அரசியலமைப்புச் சட்டத்தில் தகுந்த திருத்தத்தைச் செய்யாமலோ, இலங்கைக்குக் கச்சத்தீவைக் கொடுப்பதில் இருந்து தடை செய்யவேண்டும். இந்தியக் குடிமகன் என்கிற முறையில் இந்தியப் பகுதியான கச்சத்தீவுக்கு சுயவிருப்பம் போலச் சென்றுவருவதற்கு எனக்குள்ள உரிமையைப் பறிப்பதாக 28 ஜூன் 1974 தேதிய இந்திய - இலங்கை உடன்பாடு அமைந்துள்ளது.

'கச்சத்தீவு ராமநாதபுரம் மன்னருக்குச் சொந்தமான பகுதி என்றும் இலங்கைக்குக் கச்சத்தீவின் மீது எவ்விதமான உரிமையும் கிடையாது என்றும் இதுநாள்வரை இந்திய அரசும் தமிழக அரசும் கூறிவந்திருக்கின்றன. இப்போது தான் சொல்லிவந்ததற்கு மாறாகச் செயல்பட்டுள்ளது. இந்திய அரசியலமைப்புச் சட்டத்தில் திருத்தம்

செய்தாலொழிய இந்த ஒப்பந்தம் செல்லுபடியாகாது, அல்லது இந்திய நாடாளுமன்றம் அரசியலமைப்புச் சட்டம் மூன்றாவது பிரிவின்கீழ் சட்டம் இயற்றவேண்டும்.

'தவிரவும், தமிழ்நாட்டு நிலப்பரப்பை இந்த உடன்பாடு குறைப்பதாக உள்ளது. இந்த விஷயத்தில் இந்திய அரசியலமைப்புச் சட்டம் விதித்துள்ள நிபந்தனைகள் மத்திய அரசால் கடைப்பிடிக்கப்படவில்லை. ஆகவே, இந்திய அரசு இலங்கையுடனான இந்த உடன்பாட்டைச் செயல்படுத்துவதற்குத் தடைவிதிக்கவேண்டும்.'

எதிர்ப்புகள் ஒருபக்கம்; வழக்கு இன்னொரு பக்கம் என்று நடந்து கொண்டிருந்த சமயத்தில் தமிழ்நாட்டில் கச்சத்தீவைக் கொடுத்ததற்கான கண்டனக் கூட்டங்களும் நடத்தப்பட்டன. ஜூலை 14, 1974 தொடங்கி 45 முக்கிய நகரங்களில் கச்சத்தீவு ஒப்பந்தத்துக்கு எதிராகக் கண்டனக் கூட்டங்கள் நடத்தியது திமுக. அதில் திமுகவுடன் வேறு கட்சிகளைச் சேர்ந்த தலைவர்களும் கலந்துகொண்டு பேசினர். அவர்களில் தமிழரசுக் கழகத்தின் தலைவர் ம.பொ. சிவஞானத்தின் பேச்சு முக்கியமானதாக இருந்தது.

'இந்திய அரசியலமைப்புச் சட்டத்தின்படி ஒரு மாநிலத்துக்குச் சொந்தமான பகுதியை இன்னொரு மாநிலத்துடன் சேர்க்கவேண்டும் என்றால்கூட சம்பந்தப்பட்ட மாநில சட்டமன்றத்தின் அனுமதியைக் கேட்கவேண்டும். திருத்தணி தமிழ்நாட்டுடன் இணைக்கப்பட்ட சமயத்தில் ஆந்திர சட்டமன்றத்தில் அதற்கான அனுமதி பெறப்பட்டது. மாநில அரசுகளுக்கே இப்படி என்றால் இன்னொரு நாட்டுக்குக் கொடுக்கும் விஷயத்தில் எத்தனை பொறுப்புடன் மத்திய அரசு நடந்துகொண்டிருக்க வேண்டும். ஆனால் அதிகார மமதை காரணமாக மத்திய அரசு மாநில அரசைப் புறக்கணித்திருக்கிறது.'

'ராணுவத்தையும் வெளியுறவுத்துறையையும் மத்திய அரசிடம் கொடுத்திருப்பதற்குக் காரணம் நம்முடைய மண்ணுக்கு அரணாக இருப்பார்கள் என்பதற்காகத்தானே தவிர இன்னொரு நாட்டுக்குத் தானம் கொடுப்பதற்காக அல்ல. அதற்கு இந்த அதிகாரங்களை உன்னிடம் கொடுப்பதற்குப் பதிலாக மாநில அரசுகளே வைத்துக்கொள்ளலாமே.. '

'அது மனிதரில்லாத பிரதேசமாக இருக்கலாம். ஆனால் இந்தியப் பெருநாட்டின் மானம் அதில் இருக்கிறது. மனிதரில்லாத பகுதி என்பதால் விட்டுவிடலாம் என்றால் சீனா படையெடுத்ததுகூட மனிதர்கள் இல்லாத மக்மோகன் பகுதியில்தானே.. அங்குள்ள

இயற்கைச் சூழ்நிலை நம்முடைய துருப்புகள்கூட போய்வர முடியாத நிலையில் இருந்ததால் நமது பார்வைக்குப் படாத இடமாக அது இருந்தது என்று பிரதமர் நேருவே கூறியிருக்கிறார். ஆனால் பகை இல்லாமல் இருப்பதற்காக அந்தப் பகுதியைச் சீனாவிடம் விட்டிருக்கலாமே.. கோடி கோடியாகக் கொட்டி யுத்தத்தை நடத்தியிருக்க வேண்டாமே..'

'1948ல் பாகிஸ்தான் நடத்திய யுத்தம் காரணமாக முப்பதாயிரம் சதுரமைல்கள் பரப்பளவு கொண்ட ஆசாத் காஷ்மீர் இந்தியாவிடம் இருந்து பறிபோனது. பிறகு 1962ல் சீனா படையெடுத்தபோது மேலும் பதிமூன்றாயிரம் மைல்கள் பறிபோயின. இந்த இரண்டும் சேர்த்தால் தமிழ்நாட்டு அளவுக்கு வரும். இப்போது கச்சத்தீவை எந்தவிதமான யுத்தமும் இல்லாமல் கொடுத்திருக்கிறார்கள். இப்படி இந்திய அரசு பூதானம் செய்துகொண்டே இருந்தால் என்ன ஆவது?' என்று அடுக்கடுக்கான கேள்விகளை எழுப்பினார் ம.பொ.சிவஞானம்.

நான்கு திசைகளில் இருந்தும் எதிர்ப்புகள் வலுத்துக்கொண்டிருந்த சமயத்தில் கச்சத்தீவைத் தாரைவார்த்தற்கு மூன்று முக்கியக் கட்சிகளிடம் இருந்து பலத்த ஆதரவு கிடைத்தது. முதல் கட்சி, மார்க்சிஸ்ட் கம்யூனிஸ்ட் கட்சி. இரண்டாவது இந்திய கம்யூனிஸ்ட். மூன்றாவது, இந்திரா காங்கிரஸ்.

'கச்சத்தீவு இலங்கைக்குத் தாரை வார்க்கப்பட்டதை வரவேற்கிறேன். இரு நாடுகளுக்கு இடையே உடன்பாடு காண ஒருவரையொருவர் விட்டுக்கொடுத்துத்தான் போகவேண்டும். இந்தியா ஒரு பெரிய நாடு என்ற வகையில் தாராள மனோபாவத்துடன் நடந்துகொள்ளவேண்டும். வறண்ட, ஆள்நடமாட்டமே இல்லாத சிறிய தீவு கச்சத்தீவு. இப்படிப்பட்ட தீவைக் கொடுப்பதால் இருநாடுகளுக்கும் இடையே நல்லுறவு ஏற்படும். கச்சத்தீவு பற்றிய தகராறைத் தீர்க்க இவ்விருநாட்டு நட்புறவு நலனே மூலமுதலாகக் கருதப்படவேண்டும்' என்றார் மார்க்சிஸ்ட் கம்யூனிஸ்ட் மூத்த தலைவர் பி. ராமமூர்த்தி.

இந்திய கம்யூனிஸ்ட் கட்சியும் கிட்டத்தட்ட இதே நிலைப்பாட்டைத்தான் எடுத்திருந்தது. கச்சத்தீவு விவகாரத்தில் கண்ணுக்குத் தெரிந்து தமிழக மீனவர்களின் வாழ்வாதாரம் அழிக்கப்படுகிறது என்று தெரிந்தும் அதை எதிர்க்காமல், ஆதரவு தெரிவித்து கம்யூனிஸ்டுகள் பேசியது பலத்த அதிருப்தியை ஏற்படுத்தியது. மீனவர்களைத் தமிழர்களாகப் பார்க்காவிட்டாலும் பரவாயில்லை, குறைந்தபட்சம் உடலுழைப்புத் தொழிலாளர் களாகக்கூடப் பார்க்கவில்லையே என்ற கேள்வி எழுந்தது.

இந்திரா காங்கிரஸ் கட்சியின் தமிழக தலைவர் பி. ராமையா இன்னும் ஒரு படி மேலே போய் நின்று பேசினார். கச்சத்தீவு ஒப்பந்தத்தில் இந்திய அரசு கையெழுத்து போட்டுவிட்டபிறகு அதைப்பற்றி அனைத்துக்கட்சிக் கூட்டத்தைக் கூட்டுவதற்கோ, மத்திய அரசின் முடிவைப் பற்றி விவாதிப்பதற்கோ, விமரிசனம் செய்வதற்கோ தமிழக அரசுக்கு உரிமை கிடையாது என்பது பி. ராமையாவின் வாதம்.

பி. ராமமூர்த்தி

இத்தனை விஷயங்கள் நடந்து கொண்டிருந்தாலும் கச்சத்தீவு விவகாரத்தில் தான் எடுத்த நடவடிக்கை மிகவும் சரியானது என்ற தன்னுடைய நிலைப்பாட்டில் பிரதமர் இந்திரா காந்தி உறுதி குலையாமல் இருந்தார். டெல்லியில் இருந்து வெளியாகும் சோஷலிஸ்ட் இந்தியா என்ற பத்திரிகைக்கு (26 ஜனவரி 1975) பிரதமர் இந்திரா காந்தி அளித்த பேட்டியில், '1974 ஆம் ஆண்டில் அனைத்து நாடுகளுடனும் நட்பு பாராட்டுவதில் குறிப்பிடத்தக்க முன்னேற்றத்தைக் கண்டுள்ளது இந்திய அரசு. குறிப்பாக, இந்தியாவின் அண்டை நாடான இலங்கையுடன் அரசியல் ரீதியாக மிகச்சிறப்பான முடிவுகள் எட்டப்பட்டுள்ளன' என்று சிலாகித்திருந்தார்.

இந்திராகாந்தி

கச்சத்தீவின் மீதான இந்திய (தமிழக) மீனவர்களின் பாரம்பரிய உரிமைகள் தொடர்கின்றன என்று இந்திய அரசு ஒருபக்கம் சொல்லிக்கொண்டிருக்க, இலங்கை அதிகாரிகளோ கச்சத்தீவில் தமிழக மீனவர்கள் மீன்பிடிக்க எந்த உரிமையும் வழங்கப்படவில்லை; கச்சத்தீவுப் பகுதிக்கு வந்துசெல்லவும் வலைகளை உலர்த்திக்கொள்ளவும் ஆண்டுக்கு ஒருமுறை நடக்கும் அந்தோனியார் கோயில் திருவிழாவில் கலந்துகொள்ளவுமே அவர்களுக்கு அனுமதி தரப்பட்டுள்ளது என்றனர். இலங்கை அரசு சொல்வதே சரி என்று நிரூபிக்கும் காரியம் ஒன்றை அடுத்த இரண்டு ஆண்டுகளில் செய்யத் தயாரானது இந்திய அரசு.

09

1976 ஒப்பந்தம் : ஏன், எதற்கு, எப்படி?

பொதுவாக நீர்ச்சந்திகள், வளைகுடாக்கள் ஆகியவற்றில் அவற்றின் கரைநாடுகள் மட்டுமின்றி இதர நாடுகளின் கப்பல்களும் சென்றுவருவதற்கு Innocent Passage என்கிற உரிமை உண்டு. அதேசமயம், கரை நாடு தன்னுடைய அமைதிக்கும் பாதுகாப்புக்கும் ஆபத்து இருப்பதாகக் கருதி, பிறநாட்டுக் கப்பல்கள் அந்தப் பகுதியின் ஊடாகச் செல்வதற்குத் தடை விதிக்கும் பட்சத்தில் அதை மற்ற நாடுகள் மீறக்கூடாது என்பது சர்வதேச சட்டம்.

பிலிப்பைன்ஸ் நாடு தன்னுடைய பாதுகாப்பை முன்வைத்து சீனா குமெய், மட்சு தீவுப் பகுதிகளில் மற்ற நாடுகளின் கப்பல்கள் சென்றுவருவதற்குத் தடை விதித்துள்ளது. ஆக, பிலிப்பைன்ஸைப் போலவே கச்சத்தீவை முன்வைத்து அப்படியான சூழ்நிலையை இந்தியாவுக்கு எதிராக இலங்கை உருவாக்கினாலும் ஆச்சரியப் படுவதற்கில்லை என்ற கருத்தை அரசியல் நோக்கர்கள் முன்வைத்து எச்சரிக்கை செய்துகொண்டிருந்த சமயத்தில் தமிழக மீனவர் விவகாரம் தொடர்பாக அடுத்த அடியை எடுத்துவைத்தது இந்திய அரசு.

அந்தச் சமயத்தில் இந்திய மற்றும் தமிழ்நாட்டு அரசியல் களத்தில் மிகப்பெரிய மாற்றங்கள் நடந்திருந்தன. தேசிய அளவில் நெருக்கடி நிலை அமலுக்கு வந்திருந்தது. மாநிலத்தில் திமுக தலைமையிலான தமிழ்நாடு அரசு கலைக்கப்பட்டிருந்தது. இரண்டுக்கும் காரணம் பிரதமர் இந்திரா காந்திக்கு ஏற்பட்டிருந்த அரசியல் நெருக்கடி.

உத்தரபிரதேச மாநிலம் ரேபரேலி மக்களவைத் தொகுதியில் வெற்றிபெற்று, பிரதமராகியிருந்த இந்திராகாந்திக்கு திடீர்நெருக்கடி உருவானது. உபயம்: அலகாபாத் உயர்நீதிமன்றம் வெளியிட்ட தீர்ப்பு. தேர்தல் பிரசாரத்தின்போது மக்கள் பிரதிநிதித்துவச் சட்டத்தை மீறி நடந்துகொண்டதால் இந்திரா காந்தியின் தேர்தல் வெற்றி செல்லாது என அறிவிக்கவேண்டும் என்று கோரி அவரை எதிர்த்துப் போட்டியிட்ட சம்யுக்த சோஷலிஸ்ட் கட்சி வேட்பாளர் ராஜ் நாராயண் வழக்கு தொடர்ந்திருந்தார்.

சுமார் மூன்று வருடங்களுக்கும் மேலாக நடந்துகொண்டிருந்த அந்த வழக்கின் இறுதியில் இந்திரா காந்தியின் தேர்தல் வெற்றி செல்லாது என்று தீர்ப்பளித்தார் அலகாபாத் உயர்நீதிமன்ற நீதிபதி ஜக்மோகன் லால் சின்ஹா. தவிரவும், அந்தத் தீர்ப்பின் உள் அம்சங்கள் காரணமாக, இந்திரா காந்தி பிரதமர் பதவியில் இருந்து விலகவேண்டிய நிர்பந்தம் உருவானது.

சட்டரீதியாகத் தனக்கு ஏற்பட்ட நெருக்கடியை அரசியல் ரீதியாக அணுகத் தயாரானார் பிரதமர் இந்திரா காந்தி. நாட்டில் அசாதாரணமான சூழல் உருவாகியிருப்பதாகக் கூறி, குடியரசுத் தலைவர் ஃபக்ருதீன் அலி அகமதுவின் உதவியுடன் நெருக்கடி நிலையைக் கொண்டுவந்தார். அதன்மூலம் எழுத்துரிமை, பேச்சுரிமை உள்ளிட்ட அனைத்து உரிமைகளும் பறிக்கப்பட்டன.

இந்திராதான் இந்தியா; இந்தியாதான் இந்திரா என்ற கோஷம் நாடு முழுக்க ஒலித்தது. இந்திரா காந்தி போட்டதுதான் சட்டம்; அவரது மகன் சஞ்சய் காந்தி வரைந்ததுதான் வட்டம் என்ற நிலை உருவாக்கப்பட்டது. எதிர்க்கட்சித் தலைவர்கள் பலரும் மிசா சட்டத்தின்கீழ் கைது செய்யப்பட்டனர். இந்திரா காந்தியை விமரிசித்த அவரது கட்சியின் முக்கியத் தலைவர்களே கைதுசெய்யப்பட்டனர்.

இந்திரா காந்தியின் நெருக்கடி நிலைக்கு எதிராகக் கருத்து தெரிவித்த காரணத்தால் தமிழ்நாட்டில் ஆட்சியில் இருந்த திமுக அரசு கலைக்கப்பட்டது. திமுக, திராவிடர் கழகம், ஸ்தாபன காங்கிரஸ், மார்க்சிஸ்ட் கம்யூனிஸ்ட் உள்ளிட்ட கட்சிகளைச் சேர்ந்த முன்னணித் தலைவர்கள் முதல் முக்கியத் தொண்டர்கள்

வரை பலரும் கைதுசெய்யப்பட்டிருந்தனர். தமிழ்நாட்டில் குடியரசுத் தலைவர் ஆட்சி அமல்படுத்தப்பட்டிருந்தது.

தேசமெங்கும் பரபரப்பான சூழல் நிலவிய காலகட்டத்தில்தான் இந்திய - இலங்கை இடையிலான கடல் எல்லைகளை வகுப்பதில் இந்திரா காந்தி அரசு அடுத்த அடியை எடுத்துவைத்தது.

அடிப்படையில் இந்தியா, இலங்கை இடையேயான கடற்பகுதிகள் மூன்று பிரிவுகளாகப் பிரிக்கப்பட்டுள்ளன. முதல் பகுதி பாக் நீர்ச்சந்திப்பு. இதில்தான் கச்சத்தீவு அடங்குகிறது. இரண்டாம் பகுதி, மன்னார் வளைகுடா. மூன்றாம் பகுதி, வங்காள விரிகுடா. 1974 ஆம் ஆண்டு கையெழுத்தான ஒப்பந்தம் பாக் நீர்ச்சந்திப்புப் பகுதிக்கான எல்லைகளை வகுத்தது. அப்போதுதான் கச்சத்தீவு இலங்கைக்குக் கொடுக்கப்பட்டது.

தற்போது எஞ்சியுள்ள இரண்டு பகுதிகளான மன்னார் வளைகுடா, வங்காள விரிகுடா பகுதிகளுக்கான கடல் எல்லைகளை வகுப்பதற்காக இந்திய அரசின் வெளியுறவுத்துறை செயலாளர் கேவல் சிங் மற்றும் இலங்கை வெளியுறவுத்துறை செயலாளர் ஜெயசிங்கா இடையே கடிதப் பரிவர்த்தனைகள் நடந்தன. அதன் தொடர்ச்சியாக இருநாடுகளுக்கும் இடையே ஒப்பந்தம் கையெழுத்தானது.

பாக் நீர்ச்சந்திப்புக்கான ஒப்பந்தத்தில் இருநாட்டுப் பிரதமர்களும் கையெழுத்துப் போட்டிருந்தனர். ஆனால் மன்னார் வளைகுடா, வங்காள விரிகுடாவுக்காக 23 மார்ச் 1976 அன்று போடப்பட்ட ஒப்பந்தத்தில் இருநாட்டு வெளியுறவுத்துறைச் செயலாளர்கள் கேவல் சிங்கும் ஜெயசிங்கேவும் கையெழுத்திட்டனர். இந்த ஒப்பந்தத்தைப் புதிதாகப் பொறுப்பேற்றிருந்த மத்திய வெளியுறவுத்துறை அமைச்சர் ஒய்.பி. சவான் 24 மார்ச் 1976 அன்று அறிக்கையாகத் தாக்கல் செய்தார். இதுவிஷயமாக அவையில் விவாதம் எதுவும் நடத்தப்படவில்லை. காரணம், எமர்ஜென்ஸி.

1974 ஆம் ஆண்டு பாக் நீர்ச்சந்திப்புக்கான ஒப்பந்தத்தில் இடம்பெற்ற அதே அம்சங்கள் இந்த ஒப்பந்தத்திலும் இடம்பெற்றன. ஆனால், இந்திய - இலங்கைப் படகுகளும் கப்பல்களும் பரஸ்பர நீர்ப்பகுதிக்குள் சென்று வருவதற்கு என்றும் உள்ள மரபுவழி உரிமைகள் தொடர்ந்து நீடிக்கும் என்ற ஷரத்து இந்த ஒப்பந்தத்தில் இடம்பெறவில்லை. ஏனென்றால், பாக் நீர்ச்சந்திப்புக்கான எல்லை ஒப்பந்தத்தில் இந்திய அரசை தர்மசங்கடத்தில் ஆழ்த்திய சர்ச்சைக்குரிய ஷரத்து அதுதான். அதனாலேயே அந்த ஷரத்தை புதிய ஒப்பந்தத்தில் இடம்பெறாமல் செய்திருந்தது இந்திய அரசு.

ஆர். முத்துக்குமார்

தவிரவும், அந்தோனியார் கோயில் போன்ற ஆன்மிக அம்சம் எதுவும் இந்தப் பகுதிகளில் இடம்பெறவில்லை. ஆகவே, அதைப்பற்றி அதிகம் கேள்வி எழுப்பப்படவில்லை.

ஆனால் அந்த ஒப்பந்தம் கையெழுத்தான பின்னர் இருநாடுகளுக்கும் இடையே ஒரு கடிதப் பரிவர்த்தனை நடந்தது. அது, இந்திய வெளியுறவுத்துறை செயலாளர் கேவல் சிங் இலங்கை வெளியுறவுத்துறை செயலாளர் ஜெயசிங்கேவுக்கு எழுதிய கடிதம். அந்தக் கடிதத்தில் இரண்டு முக்கிய விஷயங்கள் பேசப்பட்டன. ஒன்று, இந்திய - இலங்கை கடல் எல்லைப் பகுதிகளில் இருநாட்டு மீன்பிடிப் படகுகளும் பரஸ்பரம் எல்லை தாண்டி வந்து மீன்பிடிப்பதற்கு தடை விதித்திருப்பது தொடர்பானது. மற்றொன்று, வாட்ஜ் பேங்க் பகுதியில் இலங்கை மீன்பிடிப் படகுக்கள் மீன்பிடிக்க அனுமதி கொடுத்திருப்பது தொடர்பானது.

வாட்ஜ் பேங்க் பகுதியில் மீன் பிடிப்பது தொடர்பாக இந்தியா, இலங்கை இடையே சில புரிந்துணர்வுகள் எட்டப்பட்டன. வாட்ஜ் பேங்க் பகுதி என்பது இந்தியாவுக்குச் சொந்தமான பகுதி. அங்கு இந்தியாவுக்கு முழு இறையாண்மை உண்டு. ஆகவே, அந்தப் பகுதிக்குள் இலங்கைக்குச் சொந்தமான மீன்பிடிப் படகுகள், கப்பல்கள் சென்று மீன்பிடிக்கக்கூடாது. என்றாலும், இலங்கை அரசின் வேண்டுகோளை ஏற்றுக்கொள்ளும் வகையிலும் இருதரப்பு நல்லெண்ண அடிப்படையிலும் இலங்கையின் அனுமதி பெற்ற மீன்பிடிப் படகுகளும் கப்பல்களும் வாட்ஜ் பேங்க் பகுதியில் மீன்பிடித்துக்கொள்வதற்கு அனுமதிக்கப்படுகிறது. மேலும், வாட்ஜ் பேங்க் பகுதியில் மீன்பிடித்துக் கொள்வதற்காக கால அவகாசம், செலுத்த வேண்டிய தொகை, அனுமதியைத் திரும்பப்பெற்றுக் கொள்வதற்கான உரிமை ஆகியன தொடர்பான நிபந்தனைகளும் விதிமுறைகளும் அந்தக் கடிதத்தில் இடம்பெற்றிருந்தன.

மேலே இருக்கும் அம்சத்தில் எத்தனைத் தெளிவு இருக்கிறது பாருங்கள். அதாவது, வாட்ஜ் பேங்க் பகுதியில் மீன்பிடித்துக் கொள்வதற்கு அனுமதி தரப்படுகிறது என்று துல்லியமான வார்த்தைகளைக் கொண்ட வாக்கியம் இடம்பெற்றுள்ளது. ஆனால் 1974 ஆம் ஆண்டு போடப்பட்ட பாக் நீர்ச்சந்திப்பு தொடர்பான ஒப்பந்தத்தில் கச்சத்தீவை 'அனுபவித்துக் கொள்வதற்கு' என்ற பூடகம் பொருந்திய வார்த்தை இடம்பெற்றுள்ளது. 'மீன்பிடித்துக்கொள்வதற்கு' என்ற தீர்க்கமான வார்த்தை இடம்பெறவில்லை. இதுதான் தமிழக மீனவர்கள் மீது இந்திய அரசு காட்டிய 'பொறுப்புணர்வுக்கும்', இலங்கை அரசு இலங்கை மீனவர்கள் மீது காட்டிய அக்கறைக்கும் சாட்சியம்.

அடுத்து, இந்திய மீனவர்களும் அவர்களுடைய மீன்பிடிப் படகுகளும் இலங்கைக் கடல் பகுதியிலும் இலங்கையின் பிரத்யேகப் பொருளாதார மண்டலப் பகுதியிலும் இலங்கையின் அனுமதியைப் பெறாமல் மீன்பிடிக்க மாட்டார்கள்; இலங்கை மீனவர்களும் அவர்களுடைய மீன்பிடிப் படகுகளும் இந்தியாவின் கடல் பகுதியிலும் இந்தியாவின் பிரத்யேகப் பொருளாதார மண்டலப் பகுதியிலும் இந்திய அரசின் அனுமதியைப் பெறாமல் மீன்பிடிக்கமாட்டார்கள் என்ற அம்சம் அந்தக் கடிதத்தில் இடம்பெற்றிருந்தது.

இதுதான் சர்ச்சைக்குரிய அம்சம். 1974 ஆம் ஆண்டு ஒப்பந்தத்தில் பாக் நீர்ச்சந்திப்புப் பகுதிக்குள் இந்திய மீனவர்கள் சென்றுவருவதற்கும் அனுபவிப்பதற்கும் உள்ள பாரம்பரிய உரிமைகள் தொடர்வதாகச் சொல்லிவிட்டு, ஒரு கடிதத்தின் மூலமாக அந்த உரிமைகளைப் பறித்திருந்தது இந்திய அரசு. போதாக்குறைக்கு, இதுவிஷயமாகக் கருத்து தெரிவித்த இந்திய வெளியுறவுத்துறை அமைச்சர் ஒய்.பி. சவான், இருநாட்டு வெளியுறவுத்துறை செயலாளர்களின் கடிதங்களே ஒருவகையில் ஒப்பந்தம்தான் என்றார். கடிதம் என்பது கணநேரத்தில் ஒப்பந்தம் என்ற அந்தஸ்துக்கு வந்துசேர்ந்தது. ஆட்சியாளர்கள் நினைத்தால் அத்தனையும் சாத்தியம் என்பதற்கு இது பொருத்தமான உதாரணம்.

தவிரவும், இந்த ஒப்பந்தத்தில் கையெழுத்திடுவதன்மூலம் இந்தியா - இலங்கை இடையேயான கடல் எல்லை முழுமையாக வரையறை செய்யப்படுகிறது. இரு நாடுகளும் தத்தமது கடல் எல்லைக்குள் முழு இறையாண்மையைச் செலுத்தும். ஆகவே, ஒரு நாட்டைச் சேர்ந்த மீனவரோ, மீன்பிடிக் கலங்களோ மற்றொரு நாட்டின் கடல் பகுதிக்குள் சென்று மீன்பிடிக்கக்கூடாது என்று திட்டவட்டமாகக் கூறினார் மத்திய அமைச்சர் ஒய்.பி. சவாண்.

கச்சத்தீவை முன்வைத்து 1974 ஆம் ஆண்டு போடப்பட்ட ஒப்பந்தம் காரணமாக தமிழக மீனவர்களுக்கு ஏற்பட்ட காயமே ஆறாமல் இருக்கும் நிலையில் இந்தப் புதிய ஒப்பந்தம் அந்தக் காயத்தின் மீது மிளகாய்ப்பொடியைத் தூவியிருக்கிறது என்று அதிருப்தி வெளியிட்டனர் தமிழக மீனவர்கள். 1974 ஆம் ஆண்டு போடப்பட்ட ஒப்பந்தம் தமிழக மீனவர்களின் உரிமைகளைக் காவுகொடுத்துவிட்டது என்று தமிழக மீனவர்களும் தமிழக அரசியல் கட்சித் தலைவர்களும் வலியுறுத்திச் சொன்னது உண்மைதான் என்பது 1976ல் எழுதப்பட்ட கடிதம், போடப்பட்ட ஒப்பந்தம் ஆகியவற்றின் மூலம் உறுதிசெய்யப்பட்டிருந்தது.

உரிமைகள் முற்றிலுமாகப் பறிக்கப்பட்டிருந்த சூழ்நிலையில் தமிழக மீனவர்கள் தங்களுடைய எதிர்ப்புகளை அமைதிவழியில் மட்டும் வெளிப்படுத்தினர். காரணம், அவர்களுக்கு தன்னார்வ அமைப்புகளின் ஆதரவோ, சட்டத்துறை நிபுணர்களின் வழிகாட்டுதலோ கிடைக்கவில்லை. ஒருவேளை அத்தகைய ஆதரவுகள் கிடைத்திருக்கும் பட்சத்தில் தங்களுடைய உரிமைப் பறிப்புக்கு எதிராக மீனவர்கள் நீதிமன்றத்தை நாடியிருப்பார்கள். நெருக்கடி நிலை அமலில் இருந்ததால் தமிழக மீனவர்களுக்கு அத்தகைய உதவிகள் எதுவும் கிடைக்கவில்லை. ஆகவே, அவர்கள் நீதிமன்றத்தையும் அணுகவில்லை.

போதாக்குறைக்கு, தமிழ்நாட்டு அரசியல் கட்சிகளும் பெரிய அளவில் எதிர்ப்புகளை வெளிக்காட்டவில்லை. வெளிக்காட்டவும் முடியவில்லை. காரணம், நெருக்கடி நிலையை எதிர்த்துப் போராடுவதே திமுகவுக்குப் பெரிய சவாலாக இருந்தது. அதிமுகவோ இந்திரா காங்கிரஸ் கட்சியுடன் நல்ல நட்புடன் இருந்ததால் எதிர்ப்பை பகிரங்கமாகச் செய்ய முடியவில்லை. இந்திய கம்யூனிஸ்ட் இந்திரா காங்கிரஸ் ஆதரவு நிலைப்பாட்டை எடுத்திருந்தது. மார்க்சிஸ்ட் கம்யூனிஸ்ட் கட்சி நெருக்கடி நிலையால் பாதிப்புக்கு ஆளாகியிருந்தது.

இருநாட்டு மீனவர்களுக்கும் இடையேயான பிரச்னைகளைத் தவிர்க்க வேண்டும் என்ற போர்வையில் போடப்பட்ட இந்த ஒப்பந்தங்கள் எல்லாம் உண்மையில் இருநாட்டு ஆட்சியாளர்களின் ராஜதந்திர விளையாட்டுகளின் ஒரு அம்சமே தவிர அவற்றால் மீனவர்களுக்கு, குறிப்பாக, தமிழக மீனவர்களுக்கு எந்தப் பலனும் கிடைக்கவில்லை. கைவசம் இருந்த உரிமைகள் பறிபோனதுதான் மிச்சம்.

•

1977 ஆம் ஆண்டு நெருக்கடி நிலை திரும்பப்பெறப்பட்டது. பின்னர் நடந்த மக்களவைத் தேர்தலில் இந்திரா காங்கிரஸ் தோல்வி அடைந்தது. மொரார்ஜி தேசாய் தலைமையிலான ஜனதா கட்சி மத்தியில் ஆட்சியைப் பிடித்தது. தமிழ்நாட்டில் நடந்த சட்டமன்றத் தேர்தலில் அஇஅதிமுக அபார வெற்றியைப் பெற்று ஆட்சியைப் பிடித்தது. தமிழகத்தின் முதலமைச்சராக எம்.ஜி.ஆர் பொறுப்பேற்றார்.

கச்சத்தீவை இலங்கைக்குக் கொடுத்தபோது திமுகவைப் போலவே அதிமுகவும் எதிர்த்தது. கச்சத்தீவுக்காகக் கச்சை வரிந்துகட்டுவோம் என்று தீர்மானம் போட்டது அதிமுக. தற்போது மத்தியிலும்

கச்சத்தீவு ஆதரவாளர்களான வாஜ்பாய் போன்றவர்கள் இடம்பெற்ற அரசு அமைந்திருந்தது. ஆகவே, மத்திய ஜனதா அரசு, மாநில அஇஅதிமுக அரசு ஆகிய இரண்டு அரசுகளும் இணைந்து கச்சத்தீவை விரைவில் மீட்டெடுப்பார்கள் என்ற எதிர்பார்ப்பு தமிழக மீனவர்கள் மத்தியில் ஏற்பட்டது.

ஆனால் அத்தகைய நடவடிக்கைகள் எதையும் புதிதாக அமைந்த தமிழக அரசோ, மத்திய அரசோ எடுக்கவில்லை. இது விஷயமாக சட்டமன்றத்தில் பிரச்னை எழுப்பினார் காமராஜ் காங்கிரஸ் கட்சியின் தலைவர் பழ. நெடுமாறன். ஆனால் கச்சத்தீவு மீட்டெடுப்பு பற்றி எவ்வித நடவடிக்கைகளும் எடுக்கப்படவில்லை. ஏழு ஆண்டுகள் எதிர்பார்ப்புகளோடும் ஏமாற்றங்களோடுமே நகர்ந்தன.

இடைப்பட்ட காலத்தில் இலங்கை கொதித்துக் கொண்டிருந்தது. சிங்களர்களின் இனவெறித் தாக்குதல்களால் தமிழர்கள் மெல்ல மெல்ல சிதைந்து கொண்டிருந்தனர். 1983 ஜூலை மாதத்தில் நிகழ்த்தப்பட்ட இனப்படுகொலை, அதன் தொடர்ச்சியாக ஏற்பட்ட கொடூரம் நிறைந்த கலவரம் ஆகியன இலங்கைத் தமிழர்களின் எதிர்காலத்தைக் கேள்விக்குறியாக்கின.

இனியும் தாங்கிக்கொள்ளவது சாத்தியமில்லை என்ற சூழல் வந்தபோது இலங்கைத் தமிழர்கள் தமிழகத்தை நோக்கி அகதிகளாக நுழையத் தொடங்கினர். சொந்த மண்ணையும் சொத்துகளையும் அப்படியே போட்டுவிட்டு, உயிர்பயத்துடன் ஓடிவந்த தமிழர்களை இந்திய அரசும் தமிழக மக்களும் ஏற்றுக்கொண்டனர்.

ஈழத்தமிழர்கள் விவகாரத்தில் 1983 ஆம் ஆண்டு நடந்த ஜூலை இனக் கலவரம் எப்படித் திருப்புமுனையாக அமைந்ததோ அதைப்போலவே கச்சத்தீவு விவகாரத்திலும் அது திருப்புமுனையாக அமைந்தது. ஆம். கச்சத்தீவைத் தம் வசப்படுத்திக்கொண்ட இலங்கை அரசு, தன்னுடைய கடற்படையினரைக்கொண்டு தமிழக மீனவர்கள் மீது தாக்குதல் நடத்திக் கொண்டிருந்தது. அது உச்சத்தைத் தொட்டது 1983 ஆம் ஆண்டுதான்.

10

முதல் கொலை

தமிழக மீனவர்கள் மீது இலங்கை ராணுவமோ அல்லது கடற்படையோ அல்லது சிங்களர்களோ தாக்குதல் நடத்துவது என்பது இன்று நேற்று தொடங்கிய சங்கதியும் அல்ல; கச்சத்தீவு தாரைவார்ப்புக்குப் பிறகு ஆரம்பித்த விஷயமும் அல்ல. அறுபதுகளின் மத்தியிலேயே அத்தகைய அத்துமீறல்களும் அடாவடிச் செயல்பாடுகளும் ஆரம்பித்துவிட்டன.

1965 ஆம் ஆகஸ்டு மாத இறுதியில் தனுஷ்கோடிக்கு அருகே தமிழக மீனவர்கள் மீன்பிடித்துக் கொண்டிருந்தனர். அப்போது சுமார் நாற்பது சிங்களவர்கள் இரண்டு மோட்டார் படகுகளில் வந்து தமிழக மீனவர்களைச் சுற்றிவளைத்துத் தாக்கினர். தமிழக மீனவர்களுக்குச் சொந்தமான வலைகளைப் பறித்துக்கொண்டதோடு, கைவசம் இருந்த ரொக்கத்தையும் பிடுங்கிக் கொண்டனர். மேலும், இரும்புத்தடி கொண்டு தாக்கிவிட்டுச் சென்றனர். தாக்குதலுக்கு அவர்கள் சொன்ன காரணம் இதுதான்.

தமிழக மீனவர்கள் இலங்கைப் பகுதிக்குள் நுழைந்துவிட்டார்கள்!

இதுகுறித்து அப்போதைய மீன் இலாகா அமைச்சர் பூவராகனிடம் புகார் கொடுத்தனர் பாதிக்கப்பட்ட மீனவர்கள். அதனைத் தொடர்ந்து இலங்கையில் உள்ள இந்தியத் தூதருக்குத் தகவல் தரப்பட்டது. என்ன, ஏது என்று கவனிப்பதாகச் சொன்னது இலங்கை அரசு. ஆனாலும் தாக்குதல்கள் நிற்கவில்லை. சின்னதும் பெரியதுமான தாக்குதல்கள் சீரற்ற இடைவெளிகளில் நடந்துகொண்டே இருந்தன. குறிப்பாக, 23 ஆகஸ்டு 1974 அன்று சிங்கள மீனவர்கள் சிலர் தமிழக மீனவர்கள் மீது கையெறி குண்டுகளை வீசித் தாக்குதல் நடத்தினர்.

அதேபோல, 1980 ஜனவரி 27 அன்று தமிழக மீனவர்கள் மீது இலங்கைக் கடற்படையினர் நடத்திய தாக்குதல் மிகவும் உக்கிரமானது. இதுகுறித்து திமுக மக்களவை உறுப்பினர் சத்தியேந்திரன் நாடாளுமன்றத்தில் கவன ஈர்ப்புத் தீர்மானத்தைக் கொண்டுவந்தார். இதே தாக்குதல் தொடர்பாக 1980 மார்ச் 30 அன்று ராமேஸ்வரம் வந்த இலங்கை சட்ட அமைச்சர் விஜயரத்னேவிடம் தமிழக மீனவர்கள் மனு ஒன்றைக் கொடுத்தனர்.

இலங்கைக் கடற்படையினர் தங்கள் மீது தொடுக்கும் தாக்குதல்கள் குறித்தும் கடற்பகுதியில் இருக்கும் மீனவர்களைச் சிறைப்பிடித்துச் சென்று கொழும்புவில் வைத்து சித்திரவதை செய்வது குறித்தும் இலங்கை அமைச்சரிடம் விளக்கிச் சொன்ன தமிழக மீனவர்கள், மேற்கண்ட சம்பவங்களுக்காக உரிய நடவடிக்கைகள் எடுக்கவேண்டும் என்று அந்த மனுவில் கோரியிருந்தனர். இலங்கை அதிபரிடமும் பிரதமரிடமும் இதுபற்றிப் பேசுவதாக உறுதியளித்தார் அமைச்சர் விஜயரத்னே.

இதேபோன்ற புகார் மனுவை 1980 ஏப்ரல் மாதம் ராமேஸ்வரம் வந்த இலங்கை அரசின் தொழிலாளர் நலத்துறை அமைச்சர் தொண்டைமானிடமும் தமிழக மீனவர்கள் முன்வைத்தனர். அப்போது இலங்கை அரசிடம் இதுபற்றிப் பேசுவதாகவும் உரிய பரிகாரம் காண உதவி செய்வதாகவும் வாக்குறுதி கொடுத்தார் அமைச்சர் தொண்டைமான். அந்த வாக்குறுதியின் ஆயுள் அவர் இந்தியாவில் இருந்து புறப்படும்வரை இருந்தது. அதன்பிறகு காலாவதியாகிப்போனது.

கச்சத்தீவுப் பகுதியில் தமிழக மீனவர்கள் தொடர்ச்சியாகத் தாக்கப்படுவது குறித்து பிரதான எதிர்க்கட்சியான திமுக கடுமையான விமரிசனத்தில் ஈடுபட்டது. 'தமிழக மீனவர்களை இலங்கை அரசு தொடர்ச்சியாகத் தாக்கி வருகிறது. ஆனால் அவற்றை மத்திய அரசுக்கு எடுத்துச் சொல்லி நிவாரணம்

தேடுவதற்கு எம்.ஜி.ஆர் ஆட்சி தயக்கம் காட்டுகிறது. ஒருவேளை இலங்கையில் உள்ள எம்.ஜி.ஆர் ரசிகர்கள் கோபித்துக் கொள்வார்கள் என்ற பயமா? இல்லை பிறந்த இடத்துப் பாசமா?' என்று கேள்வி எழுப்பினார் திமுக தலைவர் கருணாநிதி.

மேலும், தமிழக மீனவர்களைக் கைதுசெய்யும் இலங்கைக் கடற்படையினர் அவர்களை சிறையில் அடைத்து வதைக்கின்றனர். அம்மணமாக்கிவிட்டு, அடித்து உதைக்கின்றனர். இலங்கைக் கடற்படையினரின் லாக் புத்தகத்தில் உள்ள குறிப்புகளின் அடிப்படையிலேயே இலங்கை நீதிமன்றங்களில் தீர்ப்புகள் தரப்படுகின்றன. அவற்றை எதிர்த்துச் செயல்படுவது தமிழக மீனவர்களால் முடியாத காரியமாக இருக்கிறது. ஆகவே, தமிழக மீனவர்கள் தாக்கப்படும் விவகாரத்தில் மத்திய அரசு வெளியுறவுத்துறை செயலாளர், அமைச்சர்கள், தூதர்கள் ஆகியோரின் துணையுடன் உரிய நடவடிக்கைகளை எடுக்க வேண்டும் என்ற கோரிக்கை நாளுக்கு நாள் வலுத்துக்கொண்டே இருந்தது.

13 ஆகஸ்டு 1983. கச்சத்தீவு பிரச்னையில் மறக்கமுடியாத நாள். ஆம். அதுநாள்வரை தாக்குதல், அடி, உதை, மிரட்டல், கடத்தல் என்ற அளவில் மட்டும் இருந்த இலங்கைக் கடற்படையினரின் அத்துமீறல் பச்சைப் படுகொலை செய்வது என்ற கட்டத்துக்கு வந்தது அன்றைய தினத்தில் இருந்துதான்.

ராமேஸ்வரம் பகுதியைச் சேர்ந்த மீனவர் ஒருவர் கடலில் மீன் பிடித்துக் கொண்டிருந்த சமயத்தில் திடீரென அவரை நெருங்கிய இலங்கைக் கடற்படையினர், அவரைச் சுட்டுக்கொன்றனர். இலங்கைக்கு உட்பட்ட கடற்பகுதிக்குள் எல்லைமீறி நுழைந்து மீன்பிடித்தார் என்பதுதான் அந்த மீனவர் மீது இலங்கைக் கடற்படையினர் முன்வைத்த குற்றச்சாட்டு.

கொல்லப்பட்ட மீனவர் ராமேஸ்வரம் பகுதியில்தான் மீன்பிடித்துக் கொண்டிருந்தார். ஆனால் அவர் இலங்கைப் பகுதிக்குள் எல்லைமீறி நுழைந்து மீன்பிடித்தார் என்று இலங்கைக் கடற்படையினர் சொல்வது பொய்யான தகவல். அவரைச் சுட்டுக் கொன்றதன் மூலம் இலங்கை அரசு இந்தியாவுக்குச் சவால் விட்டிருக்கிறது என்றனர் அரசியல் தலைவர்கள்.

கச்சத்தீவை மட்டும்தான் இலங்கைக்குத் தானமாகக் கொடுத்தீர்களா அல்லது ராமேஸ்வரத்தையும் சேர்த்துக் கொடுத்துவிட்டீர்களா என்று மீனவர் சங்கங்கள் கேள்வி எழுப்பின. மேலும், மத்திய மாநில அரசு கள் மீனவர்களுக்கு உரிய பாதுகாப்பு வழங்கவேண்டும் என்பதை

வலியுறுத்தி மீனவர்கள் உண்ணாவிரதப் போராட்டங்களில் ஈடுபட்டனர்.

சர்வதேசக் கடல் எல்லையைக் கடந்து, இன்னொரு நாட்டின் கடற்பகுதிக்குள் சென்று மீன்பிடிப்பது ஒரு சிவில் பொருளாதாரக்குற்றம். கடல் தொடர்பான ஐக்கிய நாடுகள் சட்டத்தின் பிரிவு 73 கடற்கரையைக் கொண்டிருக்கும் நாடு படகில் ஏறி பரிசோதனை செய்தல், கைது செய்தல், சட்ட நடவடிக்கைகள் எடுத்தல் ஆகியவற்றில் ஈடுபடலாம் என்கிறது. ஆனால் மீனவரைச் சுட்டுக்கொல்ல வேண்டும் என்று எந்தச் சட்டமும் கூறவில்லை என்று கூறி போராட்டத்தில் ஈடுபட்டனர் மீனவர்கள். அவர்களுக்கு ஆதரவாக அரசியல் கட்சிகள், தன்னார்வ அமைப்புகள் உள்ளிட்டோர் அணிவகுத்தனர்.

மீனவர் கொல்லப்பட்ட சில தினங்களில் சென்னை வந்த மத்திய அமைச்சர் ராவ் பீரேந்திர சிங்கிடம் இதுகுறித்து செய்தியாளர்கள் கேட்டனர். அதற்கு பதிலளித்த மத்திய அமைச்சர், 'மீனவர் தாக்குதல் தொடர்பாக திட்டவட்டமான புகார்களோ, தகவல்களோ இதுவரை வரவில்லை. தமிழக அரசின் சார்பில் முறைப்படி புகார்கள் தரப்பட்டால் மத்திய அரசு உரிய நடவடிக்கை எடுக்கும்' என்றார். ஒருவேளை தமிழக அரசு புகார் கொடுத்திருந்தால் மத்திய அரசு நடவடிக்கை எடுத்திருக்கும் என்பது போன்ற தொனியில் இருந்தது மத்திய அமைச்சரின் விளக்கம்.

உடனடியாக தமிழ்நாடு அரசு தமிழக மீனவர்கள் இலங்கை, கடற்படையினரால் தாக்கப்படுவது குறித்த புகார்களை முறைப்படி மத்திய அரசுக்கு அனுப்பிவைத்தது. அதனைத் தொடர்ந்து

இந்திய மீனவர்களின் பாதுகாப்புக்காக விமானங்களை அனுப்ப மத்திய அரசு முடிவுசெய்து இருப்பதாக அறிவிக்கப்பட்டது. இந்தியக் கரையோரக் காவல் படையின் விமானம் ஒன்று மண்டபம் பகுதிக்கும் கோடியக்கரை பகுதிக்கும் இடையே பறந்து கண்காணிப்புப் பணியில் ஈடுபடும் என்று மத்திய அரசின் சார்பில் அறிவிக்கப்பட்டது.

இதற்கிடையே இலங்கை இனக்கலவரத்தை முன்னிட்டு கச்சத்தீவு மற்றும் அதைச் சுற்றியுள்ள பகுதிகளின் தமிழக மீனவர்கள் நுழைவதற்கு இந்திய அரசு தடைவிதித்துவிட்டது. அந்தத் தடை 2003 ஆம் ஆண்டுவரை நீடித்தது. தமிழக மீனவர்கள் மீதான தாக்குதல்களுக்கு இந்தத் தடையும் ஒருவகையில் காரணமாக அமைந்துவிட்டது என்பதை மறுப்பதற்கில்லை.

இதற்கிடையே தமிழக மீனவர்களுக்கு உரிய பாதுகாப்பு ஏற்பாடுகளைச் செய்துவிட்டோம் என்று இந்திய அரசு சொன்னபிறகும்கூட இலங்கைக் கடற்படையினரின் அத்துமீறல்கள் நின்றபாடில்லை. 1984 மார்ச் மாதத்தில் ராமேஸ்வரம் மீனவர்கள் முப்பது பேர் இலங்கைக் கடற்படையினரால் கடத்தப்பட்டனர். அதற்கடுத்த மாதமே இருபது விசைப்படகுகளில் மீன்பிடிக்கச் சென்ற தமிழக மீனவர்களைத் தாக்கிய இலங்கைக் கடற்படையினர், மீனவர்களிடம் இருந்த மீன்பிடிச் சாதனங்கள், வலைகள், டீசல் நிரப்பப்பட்ட பீப்பாய்கள் ஆகியவற்றைப் பறித்துச் சென்றனர். உடைமைகளை இழந்த மீனவர்கள் அழுதுபுலம்பியதுதான் மிச்சம். மற்றபடி மத்திய, மாநில அரசுகள் எந்த நடவடிக்கையையும் எடுக்கவில்லை.

இந்திய அரசின் அதிர்ச்சி வைத்தியம்

1984 அக்டோபர் மாத மத்தியில் ராமேஸ்வரத்தைச் சேர்ந்த மீனவர்கள் 17 இயந்திரப் படகுகளில் மீன்பிடித்துக் கொண்டிருந்தனர். சுமார் 94 மீனவர்களைத் துப்பாக்கி முனையில் கைது செய்த இலங்கைக் கடற்படையினர், அவர்களைத் தலைமன்னார் பகுதிக்குக் கொண்டு சென்றனர். மீனவர்கள் வீடு திரும்பாததைத் தொடர்ந்து இதர மீனவர்கள் சந்தேகத்துடன் விசாரிக்கத் தொடங்கினர். அப்போதுதான் அவர்களுக்கு மீனவர்கள் கடத்தப்பட்ட விஷயம் தெரியவந்தது.

இலங்கைக் கடற்படையினர் கடத்திச்சென்ற தமிழக மீனவர்களை விடுதலை செய்யக்கோரி ராமேஸ்வரம் மீனவர்கள் போராட்டத்தில் ஈடுபட்டனர். பலத்த போராட்டங்களுக்குப் பிறகு 77 தமிழக

மீனவர்களை விடுதலை செய்த இலங்கை அரசு, பதினேழு பேரை மட்டும் திருப்பி அனுப்பாமல், தங்கள் வசமே வைத்துக்கொண்டது. இது ராமேஸ்வரம் பகுதியில் பலத்த கொந்தளிப்பை ஏற்படுத்தியது.

இத்தகைய பரபரப்பான சூழ்நிலையில் இந்தியக் கடல் எல்லைக்குள் இலங்கைக் கப்பல் ஒன்று அத்துமீறி நுழைந்தது. உடனடியாக அந்தக் கப்பலைச் சுற்றிவளைத்த இந்தியக் கடற்படை வீரர்கள், இலங்கைக் கப்பலில் இருந்த அந்த நாட்டுக் கடற்படை அதிகாரி உள்ளிட்ட ஏழு பேரைக் கைது செய்தனர். விஷயம் இலங்கை அரசின் கவனத்துக்குச் சென்றது.

இலங்கை விஷயத்தில் இந்தியா எடுத்த அதிரடி நடவடிக்கை இலங்கை அரசை அதிர்ச்சியில் ஆழ்த்தியது. உடனடியாகக் களத்தில் இறங்கிய இலங்கை அரசு, இலங்கை மீனவர்களையும் அதிகாரியையும் எவ்வித நிபந்தனையும் இல்லாமல் விடுவிக்க வேண்டும் என்று இந்திய அரசுக்குக் கோரிக்கை விடுத்தது. அப்போதுகூட தான் சிறைப்பிடித்து வைத்திருக்கும் தமிழக மீனவர்களை விடுவிப்பது பற்றி எதுவும் சொல்லவில்லை. தன்னுடைய நாட்டு மீனவர்களை விடுவிப்பது குறித்தே இந்திய அரசிடம் பேசியது.

பின்னர் இருதரப்புப் பேச்சுவார்த்தைகளுக்குப் பிறகு இலங்கை சிறையில் இருந்த பதினேழு தமிழக மீனவர்களை விடுவிப்பது என்றும் அதற்குப் பதிலாக ஏழு இலங்கை மீனவர்களையும் இலங்கைக் கடற்படை அதிகாரியையும் விடுவிப்பது என்றும் பரஸ்பரம் முடிவுசெய்யப்பட்டது. அதன்மூலம் கடத்தல் மற்றும் கைதுப் பிரச்னைகள் முடிவுக்கு வந்தன.

விடுவிக்கப்பட்ட தமிழக மீனவர்கள் தமிழகம் திரும்பியபிறகு தாங்கள் இலங்கைக் கடற்படையினரால் எப்படியெல்லாம் வதைக்கப்பட்டோம் என்பது குறித்து விளக்கினர்.

தமிழக மீனவர்களைத் துப்பாக்கி முனையில் கைது செய்த இலங்கைக் கடற்படையினர், அவர்கள் அனைவரையும் தங்களைப் பின் தொடர்ந்து வரவேண்டும் என்றும் தவறினால் சுட்டுக்கொன்றுவிடுவோம் என்றும் மிரட்டி அழைத்துச் சென்றுள்ளனர். பின்னர் சிறையில் வைத்து மீனவர்களையும் படகு உரிமையாளர்களையும் தனித்தனியாக விசாரித்துள்ளனர். குறிப்பாக, விடுதலைப்புலிகள் உள்ளிட்ட போராளிகள் பற்றி துருவித்துருவி விசாரித்துள்ளனர்.

விசாரணைகள் முடிந்தபிறகு, 'இனி ஒவ்வொரு மீனவரும் இலங்கைப் பகுதியில் நுழைவதற்கு முன் ஒன்றுக்கு இரண்டு முறை யோசிக்க வேண்டும் என்பதற்காகத்தான் இத்தனை அடிகளும்

உதைகளும்' என்று எச்சரித்துள்ளனர். கடத்தப்பட்ட மீனவர்களின் வாய்மொழி வாக்குமூலங்கள் மூலம் தெரியவரும் முக்கியமான செய்தி என்ன தெரியுமா?

தமிழக மீனவர்களின் மீதான தாக்குதல்களுக்கு விடுதலைப்புலிகள் உள்ளிட்ட போராளிகள் மீது சிங்களவர்களுக்கு இருக்கின்ற வன்மம் ஒரு முக்கியமான காரணம்!

தமிழக மீனவர்கள் கடத்தப்பட்ட விவகாரத்தில் இந்திய அரசு எடுத்த அதிரடியான முயற்சி என்று மேலே இருக்கும் மீட்பு விவகாரத்தைத்தான் சொல்லவேண்டும். அப்படியொரு முயற்சியை இந்திய அரசு அதற்கு முன்னரும் எடுத்ததில்லை. அதன்பின்னரும் எடுத்ததில்லை. தமிழக மீனவர்களுக்கு ஆதரவாக அப்படியான நடவடிக்கைகளை இந்திய அரசு எப்போது வேண்டுமானாலும் எடுக்கும் என்ற அச்சத்தை இலங்கை அரசுக்கு உருவாக்கி இருக்கும் பட்சத்தில் கொலைகளும் கடத்தல்களும் தாக்குதல்களும்

ஜெயவர்த்தனே

தொடர்கதையாக நீடித்திருக்காது. அதைச் செய்வதற்கு இந்திய அரசு தவறிவிட்டது. அதுதான் கடத்தல்களையும் தாக்குதல்களையும் கொலைகளையும் தொடர்கதையாக மாற்றியது.

இலங்கைக் கடற்படை அதிகாரி கைது செய்யப்பட்ட விவகாரத்தில் இன்னொரு செய்தியும் உண்டு. கைதுச் செய்தி இலங்கை அதிபர் ஜெயவர்த்தனேவை எட்டியதும் அவர் சொன்ன வாசகம் இதுதான். நம்வசம் இருக்கும் அத்தனைத் தமிழ் மீனவர்களையும் சுட்டுக் கொல்லுங்கள். மற்ற விஷயங்களைப் பிறகு பார்த்துக்கொள்ளலாம்! தமிழக மீனவர்கள் கடத்தப்பட்ட விவகாரத்தில் இந்திய அரசு

அதிரடி நடவடிக்கை எடுத்து மூன்று மாதங்கள்கூட முழுமை பெறவில்லை. அதற்குள் மீண்டும் ஒரு தாக்குதல். ஆம். 1985 ஜனவரி முதல் வாரத்தில் ராமேஸ்வரத்தைச் சேர்ந்த ஐந்து மீனவர்கள் அரிச்சல் கடல் என்ற பகுதியில் மீன்பிடித்துக் கொண்டிருந்தனர். இந்தப் பகுதி ராமேஸ்வரத்தில் இருந்து சுமார் இருபது கிலோமீட்டர் தொலைவில் உள்ள பகுதி. இந்தியக் கடல் எல்லைக்குள் இருக்கும் பகுதியும்கூட.

திடீரென அந்த ஐந்து மீனவர்களையும் சூழ்ந்துகொண்ட இலங்கைக் கடற்படையினர் தமிழக மீனவர்களை நோக்கித் துப்பாக்கியால் சுட்டனர்.

அப்போது படகில் இருந்த சூசை நாயகத்தின் உடலைத் தோட்டா துளைத்தது. படகிலேயே மரணம் அடைந்தார் சூசை நாயகம். அவருடைய உடலைக் கைப்பற்றிய இலங்கை கடற்படையினர், அதைத் தூக்கி நடுக்கடலில் வீசினர்.

அந்த உடலைக் கைப்பற்றுவதற்கு படகில் இருந்த மற்ற மீனவர்கள் முயன்றபோது அவர்களைத் தாக்கி, எச்சரித்து அனுப்பினர். மேலும், படகில் இருந்த அல்போன்ஸ் என்பவரின் தலையில் குண்டு தாக்கியிருந்தது. அவரை அழைத்துக்கொண்டு கரை திரும்ப எத்தனித்தனர் மீனவர்கள். ஆனால் வழியிலேயே அல்போன்ஸ் மரணம் அடைந்தார்.

நடுக்கடலில் இரண்டு தமிழக மீனவர்கள் கொல்லப்பட்டது குறித்து பிரதமர், குடியரசுத் தலைவர் ஆகியோருக்கு திமுக நாடாளுமன்ற உறுப்பினர் எல். கணேசன் தந்தி ஒன்றை அனுப்பினார். உடனடியாக இலங்கை அரசைத் தொடர்புகொள்வதாகச் சொல்லப்பட்டது. ஆனால் உருப்படியான நடவடிக்கைகள் எதுவும் எடுக்கப்படவில்லை. மாறாக, இலங்கை மீனவர்களுக்குச் சாதகமான நடவடிக்கை ஒன்றை இலங்கை அரசு எடுத்தது.

இலங்கை மீனவர்களின் பாதுகாப்புக்காக அவர்களுக்குத் துப்பாக்கிகள் வழங்கியுள்ளதாக இலங்கை அமைச்சர் ஒருவர் பகிரங்கமாக அறிவித்தார். பாதிக்கப்படுவதும் கொல்லப்படுவதும் தமிழக மீனவர்கள். ஆனால் பாதிக்கப்படுவது இலங்கை மீனவர்கள் என்று சித்திரிக்க இலங்கை அரசு செய்த முயற்சியின் விளைவே இது.

என்றாலும், இலங்கை மீனவர்களுக்கு அந்நாட்டு அரசு துப்பாக்கி வழங்கியது போலவே, தங்களுக்கும் துப்பாக்கி போன்ற ஆயுதங்களை வழங்கவேண்டும் என்று தமிழக மீனவர்கள் கோரிக்கை விடுத்தனர். குறிப்பாக, மீனவர் சங்கத்தைச் சேர்ந்த அருளானந்தம் என்பவர் பிரதமர் ராஜீவ் காந்திக்கு அனுப்பிய தந்தியில் மீனவர்களுக்கு ஆயுதம் வழங்கவேண்டும் என்று

கோரினார். ஆனால் அந்தக் கோரிக்கையை இந்திய அரசு நிராகரித்துவிட்டது.

அந்த நிராகரிப்பின் விலையை வெகு விரைவாகவே கொடுத்தனர் தமிழக மீனவர்கள். 13 பிப்ரவரி 1985 கோடிக்கடல் என்ற பகுதியில் மீன்பிடித்துக் கொண்டிருந்த தமிழக மீனவர்கள் மீது இலங்கைக் கடற்படையினர் திடீர் தாக்குதல் நடத்தினர். அதில் ஆனந்தம், அந்தோனி என்ற இரண்டு மீனவர்கள் கொல்லப்பட்டனர். வலைகளை அறுத்து எறிந்ததோடு, பிடித்துவைத்திருந்த மீன்களையும் அள்ளிச்சென்றனர் இலங்கைக் கடற்படையினர்.

வழக்கம்போல, இந்தப் படுகொலைகளும் மத்திய அரசின் கவனத்துக்குக் கொண்டுசெல்லப்பட்டது. குறிப்பாக இந்திய கம்யூனிஸ்ட் கட்சித் தலைவரும் நாடாளுமன்ற உறுப்பினருமான எம். கல்யாணசுந்தரம் பிரதமர் ராஜீவ் காந்திக்குத் தந்தி அனுப்பினார். அதன் தொடர்ச்சியாக இந்திய வெளியுறவுத்துறை செயலாளர் ரொமேஷ் பண்டாரி இலங்கைத் தூதர் பி.பி. திலகரத்னேவை அழைத்துத் தம்முடைய கண்டனத்தைப் பதிவுசெய்தார்.

'இனிமேலாவது இலங்கை அரசு அடக்கத்துடன் நடந்துகொள்ள வேண்டும். பாதிக்கப்பட்ட மீனவர்களின் குடும்பங்களுக்கு உரிய நஷ்ட ஈட்டைக் கொடுக்கவேண்டும்' என்று கேட்டுக்கொண்டார் ரொமேஷ் பண்டாரி.

ஆனால் இலங்கை அரசோ, இந்திய மீனவர்களை நாங்கள் சுட்டுக்கொல்லவே இல்லை. இது இந்தியாவுக்கும் இலங்கைக்கும் இடையே மனக்கசப்பை ஏற்படுத்த விரும்பும் சிலரது விஷமப் பிரச்சாரம் என்று சென்னையில் உள்ள இலங்கைத் துணைத் தூதரிடம் தெரிவித்துவிட்டு, பிரச்னையில் இருந்து ஒதுங்கிக் கொண்டது. அத்துடன் நிறுத்திக்கொள்ளவில்லை.

தமிழக மீனவர்களைக் கொன்றது இலங்கைக் கடற்படையினர் அல்ல; விடுதலைப்புலிகள்தான் இலங்கைக் கடற்படையினர் போல வேடம் போட்டுக்கொண்டுவந்து தமிழக மீனவர்களைச் சுட்டுக்கொன்றுவிட்டுச் சென்றுள்ளனர் என்று விளக்கம் கொடுத்தார் இலங்கை வெளியுறவுத் துறை அமைச்சர்.

பச்சைப்படுகொலை என்ற குற்றத்தையும் செய்துவிட்டு, அதற்கான பழியை அடுத்தவர் மீது சுமத்தும் காரியத்தைக் கச்சிதமாக அரங்கேற்றியது இலங்கை அரசு. அன்று தொடங்கி எப்போது தமிழக மீனவர்கள் கடலில் தாக்கப்பட்டாலும், கொல்லப்பட்டாலும், அதற்குக் காரணம் விடுதலைப் புலிகள்தான் என்று துளியும் தயக்கமின்றிச் சொல்லத் தொடங்கியது இலங்கை அரசு.

பழிபோடுவதற்குப் பொருத்தமான ஆள் கிடைத்துவிட்டபிறகு இலங்கை கடற்படைக்கு மிகவும் உற்சாகமாகிவிட்டது. தமிழக மீனவர்கள் மீது கூடுதல் துணிச்சலுடன் தாக்குதலைத் தொடர்ந்தனர். அதற்கு உதாரணமாக 12 மே 1985 அன்று நடந்த சம்பவத்தைச் சொல்லலாம்.

ராமேஸ்வரத்தைச் சேர்ந்த டேவிட், அந்தோனி என்ற இரண்டு மீனவர்கள் விசைப்படகுகளில் மீன்பிடிக்கச் சென்றனர். இரவு பத்து மணி அளவில் தனுஷ்கோடி பகுதியில் மீன்பிடித்துக் கொண்டிருந்த அவர்களை நோக்கி வந்த இலங்கைக் கடற்படையினர், வானத்தை நோக்கி ஸ்பாட்லைட் குண்டுகளை வீசினர். அதன் காரணமாக ஏற்பட்ட வெளிச்சத்தைப் பயன்படுத்தி தமிழக மீனவர்களைத் துப்பாக்கியால் சுட்டனர். ஆனால் யாருக்கும் காயம் ஏற்படவில்லை.

பின்னர் மீனவர்களுக்கு அருகில் வந்த இலங்கை கடற்படையினர், படகில் விடுதலைப்புலிகள் இருக்கிறார்களா என்று விசாரித்தனர். பின்னர் படகில் இருந்த இறால் மீன்களைக் கடலில் தூக்கி வீசிவிட்டு, மீன் வலைகளை அறுத்தெறிந்தனர். அதைத் தடுக்க முயன்ற மீனவர்களைத் தாக்கிவிட்டுப் புறப்பட்டனர். ஆனால் இதற்கு எந்தவிதமான நிவாரண நடவடிக்கையும் மேற்கொள்ளப்படவில்லை.

சரி, இந்திய மீனவர்களைக் கைது செய்யும் இலங்கை அரசு அவர்களைச் சுட்டுக்கொல்கிறது அல்லது சிறையில் வைத்து சித்திரவதை செய்கிறது அல்லது கடுமையாகத் தாக்குகிறது.

ஆனால் இந்தியக் கடல் எல்லையில் கைது செய்யப்படும் இலங்கை மீனவர்களை இந்திய அரசு என்ன செய்கிறது?

இரண்டு சம்பவங்களை உதாரணமாகச் சொல்லவேண்டும்.

1985 ஆம் ஆண்டு டிசம்பரில் இந்தியக் கடற்பகுதிக்குள் அத்துமீறி நுழைந்து மீன்பிடித்துக் கொண்டிருந்த இலங்கை மீனவர்கள் இந்தியக் கடற்படையினரால் கைதுசெய்யப்பட்டனர். ஆனால் இந்தியாவுக்கும் இலங்கைக்கும் உள்ள நெருக்கமான உறவு கெட்டுவிடக் கூடாது என்பதற்காக இலங்கை மீனவர்களை பெரிய மனத்துடன் விடுதலை செய்வதாக இந்திய அரசு அறிவித்து, அவர்களை விடுதலையும் செய்துவிட்டது. மற்றபடி, எந்தவிதமான விசாரணையையோ, அல்லது கொடுமைகளையோ செய்யவில்லை.

அதேபோல, 1990 ஆகஸ்டு மாதம் இந்தியக் கடல் எல்லைக்குள் அத்துமீறி நுழைந்து பதினோரு இலங்கை மீனவர்களை இந்தியக் கரையோரக் காவல்படையினர் கைதுசெய்து சிறையில் அடைத்தனர். பின்னர் இந்திய, இலங்கை அரசுகளின் நல்லுறவை முன்வைத்து அவர்களை விடுவிக்கவேண்டும் என்று இந்திய அரசு தமிழக அரசிடம் கோரிக்கை விடுத்தது. அதனைத் தொடர்ந்து இலங்கை மீனவர்களை விடுதலை செய்தது தமிழக அரசு.

எல்லைதாண்டி வருகின்ற இலங்கை மீனவர்கள் விஷயத்தில் இந்திய, தமிழக அரசுகள் கண்ணியத்துடனும் நாகரிகத்துடனும் நடந்துகொண்ட போதிலும் இலங்கைக் கடற்படையினர் அத்தகைய நாகரிகத்தையும் கௌரவத்தையும் தமிழக மீனவர்கள் விஷயத்தில் கடைப்பிடிக்கவில்லை. தொடர்ந்து தாக்குதலில் ஈடுபட்டுக் கொண்டே இருந்தனர். கொலைகளும் கொள்ளைகளும் தொடர்ந்தன. ஆகவே, அழுகுரல்களும் விடாமல் கேட்டுக்கொண்டே இருந்தன. இந்தச் சமயத்தில் தமிழ்நாட்டில் ஆட்சிமாற்றம் ஏற்பட்டது.

11

கச்சத்தீவை மீட்போம்!

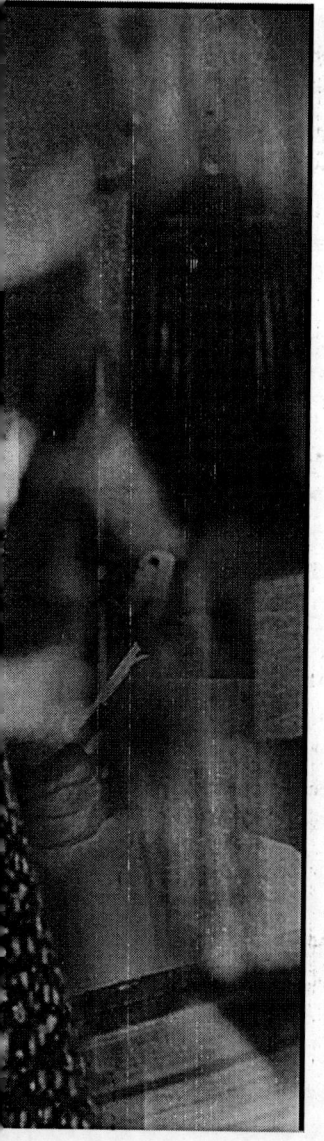

இலங்கைக் கடற்படையினரால் தமிழக மீனவர் முதன்முறையாகப் படுகொலை செய்யப்பட்ட சமயத்தில் தமிழ்நாட்டில் ஆட்சியில் இருந்தவர் எம்.ஜி.ஆர். அவருடைய ஆட்சிக் காலத்தில் மீனவர் தாக்குதல்கள் தொடர்கதையாகவே இருந்தன. தாக்குதல்களைத் தடுத்து நிறுத்தக்கோரி மாநில அரசின் சார்பில் மத்திய அரசுக்குக் கோரிக்கைகள் எழுப்பப்பட்டன. ஆனாலும் மத்திய அரசு கொஞ்சமும் அசைந்து கொடுக்கவில்லை.

தமிழக மீனவர்கள் தாக்கப்படுவதையும் கொல்லப்படுவதையும் தடுத்து நிறுத்தவேண்டும் என்றால் கச்சத்தீவைத் திரும்பப்பெறுவதுதான் ஒரே வழி என்ற கோஷம் அப்போதே கேட்கத் தொடங்கிவிட்டது. ஆனால் தான் ஆட்சியில் இருந்த பத்தாண்டு காலத்தில் அதற்கான முயற்சிகள் எதையும் எம்.ஜி.ஆர் எடுக்கவில்லை. இத்தனைக்கும் அந்தக் காலகட்டங்களில் மொரார்ஜி தேசாய், சரண் சிங், இந்திரா காந்தி ஆகிய மூன்று பிரதமர்களுடனும் அரசியல் ரீதியாக மிக நெருக்கமாக இருந்தவர் எம்.ஜி.ஆர்.

நெருக்கடி நிலை அமலில் இருந்த காலகட்டத்தில் இந்திரா காந்தியுடன் கூட்டணி வைத்திருந்த எம்.ஜி.ஆர், பின்னர், பிரதமர் மொரார்ஜி தேசாயுடன் நெருக்கமாக இருந்தார். தன்னுடைய அரசுக்கு ஆபத்து நேரும்போது அதிமுக வசம் இருக்கும் பதினைந்துக்கும் மேற்பட்ட எம்.பிக்கள் ஆதரவளிப்பார்கள் என்ற எதிர்பார்ப்பின் காரணமாக எம்.ஜி.ஆர் விஷயத்தில் கனிவாகவே நடந்து கொண்டார் பிரதமர் மொரார்ஜி.

மற்ற எதிர்க்கட்சித்தலைவர்கள் மீது போடப்பட்ட வழக்குகள், விசாரணை கமிஷன்களை எல்லாம் திரும்பப்பெற்றுவிட்டு, முன்னாள் முதலமைச்சர் கருணாநிதி மீது போடப்பட்ட சர்க்காரியா கமிஷனை மட்டும் பிரதமர் மொரார்ஜி திரும்பப் பெறாமல், 'சட்டம் தன் கடமையைச் செய்யும்' என்று சொல்லிவிட்டு, ஒதுங்கிக்கொண்டதற்குக்கூட அதுதான் காரணம் என்ற கருத்தும் இருக்கிறது.

மொரார்ஜி தேசாய்க்குப் பிறகு ஆட்சியைப் பிடித்த சரண் சிங்குடனும் எம்.ஜி.ஆருக்கு நெருக்கம் இருந்தது. அவருடைய அமைச்சரவையில் அஇஅதிமுக சார்பில் சத்தியவாணி முத்து, பாலா பழனூர் என்ற இரண்டு உறுப்பினர்கள் அமைச்சர்களாக இருந்தனர். பின்னர் பதவிக்கு வந்த இந்திரா காந்தியுடனும் எம்.ஜி.ஆருக்கு நல்ல அரசியல் உறவு இருந்தது.

இந்திராவின் மரணத்துக்குப் பிறகு ஆட்சிக்கு வந்த ராஜீவ் காந்தியுடனும் எம்.ஜி.ஆருக்கு நல்ல அரசியல் உறவு இருந்தது. குறிப்பாக, இலங்கை விவகாரத்தில் எம்.ஜி.ஆரின் உதவியை பிரதமர் ராஜீவ் காந்தி பலமுறை நாடியிருக்கிறார். இத்தனைச் சாதகமான வாய்ப்புகள் இருந்தபோதும் எம்.ஜி.ஆர் ஆட்சிக்காலத்தில் கச்சத்தீவு மீட்கப்படாமல் விடப்பட்டது புதிரான விஷயம்தான்.

எம்.ஜி.ஆரின் மரணத்துக்குப் பிறகு அஇஅதிமுக உடைந்தது. ஜானகி எம்.ஜி.ஆர் முதல்வரானார். பின்னர் நடந்த தேர்தலில் வெற்றிபெற்று ஆட்சியைப் பிடித்தது திமுக. மீண்டும் முதலமைச்சர் பொறுப்புக்கு வந்தார் கருணாநிதி. கச்சத்தீவு இலங்கைக்குத் தாரைவார்த்துக் கொடுக்கப்பட்ட சமயத்தில் தமிழ்நாட்டில் ஆட்சியில் இருந்தவர் அவர்தான் என்பதால் அதை மீட்டெடுப்பதற்கு வேண்டிய நடவடிக்கைகளை எடுக்கவேண்டியவரும் அவர்தான் என்ற எதிர்பார்ப்பு இருந்தது.

கருணாநிதி ஆட்சிக்கு வந்த சமயத்தில் ஈழத்தமிழர் விவகாரம், விடுதலைப்புலிகள் விவகாரம் போன்றவை உச்சக்கட்ட

விவாதத்தில் இருந்ததாலோ என்னவோ, கச்சத்தீவு மீட்பு குறித்த உறுதியான நடவடிக்கைகள் எதையும் திமுக அரசு எடுக்கவில்லை. மாறாக, தமிழக மீனவர்கள் தாக்கப்படுவதைத் தடுக்கவேண்டும் என்ற கோரிக்கையைத் தொடர்ச்சியாக எழுப்பிக்கொண்டிருந்தது திமுக அரசு.

போதாக்குறைக்கு, அந்த ஆட்சியும் பாதியில் கலைக்கப் பட்டுவிட்டது. ஆம். 1989ல் பதவியேற்ற கருணாநிதி தலைமை யிலான திமுக அரசு 1991 ஆம் ஆண்டு ஜனவரி மாதத்தில் இந்திய அரசியல் சட்டப்பிரிவு 356ன் கீழ் கலைக்கப்பட்டது. குடியரசுத் தலைவர் ஆட்சி அமலுக்கு வந்தது.

ஆட்சி கலைக்கப்பட்ட பின்னரும்கூட தமிழக மீனவர்கள் தாக்கப்படுவது தொடர்பாக மத்திய அரசுக்கு சில கோரிக்கைகளை முன்வைத்துக் கொண்டிருந்தது திமுக. குறிப்பாக, திமுக மக்களவை உறுப்பினர் செ. மாதவன் பிரதமர் சந்திரசேகருக்குக் கடிதம் ஒன்றை அனுப்பியிருந்தார்.

அதற்குப் பதிலளித்த பிரதமர் சந்திரசேகர், 'இந்திய மீனவர்களுக்கு எதிராக இலங்கை கடற்படையினரின் நடவடிக்கைகள் இலங்கைக் கடல் எல்லைக்குள் நடந்திருக்கின்றன. இதனால் உயிரிழப்பும் சொத்துகளுக்கு சேதமும் ஏற்பட்டிருப்பது குறித்த உங்களுடைய கவலையைப் பகிர்ந்து கொள்கிறேன். இம்மாதிரி விவகாரங்களை நாங்கள் இலங்கை அரசிடம் கடுமையாக எடுத்துச் சொல்லியிருக்கிறோம். முடிந்த இடங்களில் கொழும்புவில் இருக்கும் இந்திய ஹை கமிஷன் நஷ்ட ஈடு கோரியிருக்கிறது' என்று கூறினார்.

பின்னர் நடைபெற்ற தேர்தலில் வெற்றிபெற்று அஇஅதிமுக ஆட்சி யைப் பிடித்தது. ஜெயலலிதா முதலமைச்சர் பொறுப்பை ஏற்றார். மத்தியில் பி.வி. நரசிம்மராவ் தலைமையில் காங்கிரஸ் ஆட்சி அமைத்தது. எதிர்க்கட்சித் தலைவராக இருந்த சமயத்திலேயே கச்சத்தீவை மீட்க வேண்டும் என்று கோரிக்கை எழுப்பிய அதிமுக பொதுச்செயலாளர் ஜெயலலிதா, தான் ஆட்சிக்கு வந்ததும் அதனைச் செயல்படுத்த இருப்பதாக அறிவித்தார்.

15 ஆகஸ்டு 1991 அன்று சென்னை புனித ஜார்ஜ் கோட்டை கொத்தளத்தில் கொடியேற்றி வைத்த முதல்வர் ஜெயலலிதா, கச்சத்தீவை இலங்கையிடம் இருந்து மீட்கவேண்டும் என்ற தன்னுடைய விருப்பத்தைத் தெரிவித்தார். அந்தக் காரியத்தைச் செய்வதற்கு தமிழக மக்களின் ஆதரவையும் கோரினார். இதுவிஷயமாக மத்திய அரசை தமிழக அரசு அணுகப்போவதாகவும்

தேவைப்பட்டால் போராட்டம் நடத்தவும் தயாராக இருப்பதாகவும் சூளுரைத்தார்.

கச்சத்தீவைத் திரும்ப எடுத்துக்கொள்ளவேண்டும் என்று சொல்வது இன ஆதிக்கத்தின் அடிப்படையில் அல்ல; தமிழர்களின் உரிமைகளையும் மீனவர்களின் உயிரையும் பாதுகாக்கவே! என்றார் முதலமைச்சர் ஜெயலலிதா. சட்டமன்றத்துக்கு வெளியில் மாத்திரம் அல்ல; சட்டமன்றத்துக்கு உள்ளேயும் கச்சத்தீவு மீட்பு பற்றிப் பேசினார். இதுவிஷயமாக தமிழ்நாடு சட்டமன்றத்தில் தீர்மானம் ஒன்றும் நிறைவேற்றப்பட்டது. அந்தத் தீர்மானத்தின் முக்கிய அம்சங்கள் மட்டும் இங்கே:

'கச்சத்தீவை மீட்டு இந்தியப் பகுதியில் சேர்க்கவேண்டும்; இலங்கை கடற்படையினரால் கொல்லப்பட்ட மீனவர்களின் குடும்பங்களுக்கு இழப்பீடு வழங்கவேண்டும்; உடைமைகளை இழந்தவர்களுக்கும் இழப்பீடு வழங்கவேண்டும்; மேற்கண்ட விஷயங்களை நிறைவேற்ற இந்திய அரசு உடனடியாக நடவடிக்கை எடுக்கவேண்டும்.'

ஆனால் கச்சத்தீவை திரும்ப மீட்டெடுப்பது சாத்தியமில்லை. வேண்டுமானால், நீண்ட காலக் குத்தகைக்கு எடுத்துக் கொள்ளலாம் என்றொரு வழிமுறை நிபுணர்களால் முன்வைக்கப்பட்டது. ஆனால் கச்சத்தீவை மீட்டெடுத்தே தீருவேன் என்ற உறுதியான நிலைப்பாட்டை முதலமைச்சர் ஜெயலலிதா எடுத்தார். இது தமிழக மீனவர்கள் மத்தியில் நம்பிக்கைச் சுடரை ஏற்றிவைத்தது.

கச்சத்தீவு விவகாரத்தில் தமிழக முதலமைச்சர் தீவிரம் காட்டத் தொடங்கிய சமயத்தில் இலங்கை கடற்படை தனது அத்துமீறல் நடவடிக்கையை மீண்டும் ஒருமுறை நிகழ்த்திக் காட்டியது.

19 செப்டெம்பர் 1991 அன்று ராமேஸ்வரத்தைச் சேர்ந்த மீனவர்கள் இந்தியக் கடல் எல்லையிலேயே இலங்கை கடற்படையினரால் தாக்கப்பட்டனர். அவர்கள் பயன்படுத்திய நான்கு மீன்பிடிப் படகுகளும் கடலில் மூழ்கடிக்கப்பட்டன. இந்தத் தாக்குதல் குறித்து நாடாளுமன்றத்தில் பிரச்னை எழுப்பினார் திமுக மாநிலங்களவை உறுப்பினர் வை. கோபால்சாமி.

அதற்கு விளக்கம் கொடுத்துப் பேசிய இந்திய வெளியுறவுத்துறை இணை அமைச்சர் எட்வர்ட் ஃபிலாரியோ, 'தமிழக மீனவர்களிடம் மனிதாபிமானத்துடன் நடந்துகொள்ளவேண்டும் என்று இலங்கை கடற்படையினரிடம் இந்திய அரசு கேட்டுக்கொண்டுள்ளது' என்றார். அமைச்சரின் பதிலுக்கு வை. கோபால்சாமி எம்.பி கடுமையாக எதிர்ப்பு தெரிவித்தார்.

'இலங்கை அரசுக்கு இந்திய அரசு கருணை மனு போட்டதாக வெட்கமில்லாமல் அமைச்சர் இங்கே சொல்கிறார். தமிழக மீனவர்கள் இந்தியப் பிரஜைகள் அல்லவா? அவர்களைப் பாதுகாத்து - இலங்கைக் கடற்படைத் தாக்குதல் இனி நேராவண்ணம் தடுத்து நிறுத்தி - இலங்கைக்குக் கடும் எச்சரிக்கை விடுக்க வேண்டிய கடமை இந்திய அரசுக்கு உண்டா, இல்லையா?' என்று கேட்டார் வை. கோபால்சாமி.

எத்தனை ஆவேசமாகக் கேட்டாலும் அதற்குரிய பதிலைச் சொல்லாமல் மௌனம் அனுஷ்டித்துவிட்டு நகர்ந்துகொண்டது மத்திய அரசு. ஆனால் இலங்கை கடற்படை மட்டும் கொஞ்சமும் ஓய்வெடுக்கவில்லை. 1991 டிசம்பர் மாதம் புதுக்கோட்டை மாவட்டம் கோட்டைப்பட்டினத்தைச் சேர்ந்த ராஜேந்திரன், முத்துவேல் என்ற இரண்டு தமிழக மீனவர்களைச் சுட்டது. அதில் ராஜேந்திரன் மரணம் அடைந்தார்.

கச்சத்தீவின் குரல்கள்... வைகோவும் மாதவனும்

அந்தச் சமயத்தில் இலங்கை கடற்படை மீது உரிய நடவடிக்கை எடுக்க வேண்டும் என்பதை வலியுறுத்தி மத்திய அரசுக்குக் கடிதம் எழுதினார் திமுக நாடாளுமன்ற உறுப்பினர் செ. மாதவன். அதற்கு 18 டிசம்பர் 1991 அன்று பதிலளித்த மத்திய வெளியுறவுத்துறை அமைச்சர் மாதவ்சிங் சோலங்கி, 'நம்முடைய மீனவர்களின் மீது இலங்கை கடற்படையினர் தாக்குதல் நடத்துவது பற்றிய உங்கள் கவலைகளை நான் பகிர்ந்து கொள்கிறேன். இந்தச் சம்பவங்கள் எல்லாமே இலங்கை கடற்பகுதியில் நடந்திருக்கின்றன.

நம்முடைய மீனவர்கள் மீது இலங்கை கடற்படையினர் தாக்குதல் நடத்திய எல்லா சம்பவங்களைப் பற்றியும் இந்திய அரசு இலங்கை அதிகாரிகளிடம் முறையிட்டிருக்கிறது. இலங்கைக் கடற்பகுதிக்குள் நம்முடைய மீனவர்கள் அத்துமீறி நுழைந்தால், அதனைச் சட்டரீதியான வழியிலும் மனிதத்தன்மையுடனும் அணுகவேண்டும் என்றும் கேட்டுக்கொள்ளப்பட்டுள்ளது' என்றார்.

கச்சத்தீவு தாரைவார்க்கப்படக் கூடாது என்று முதலமைச்சர் கருணாநிதியுடன் சென்று பிரதமர் இந்திரா காந்தியுடன் வாதிட்டவர் செ. மாதவன். அதன்பிறகு கச்சத்தீவு விவகாரம் தொடர்பாக பிரதமருக்குக் கடிதம் எழுதுவது, நாடாளுமன்றத்தில் மீனவர் பிரச்னை பற்றிப் பேசுவது என்று தொடர்ச்சியாகச் செயல்பட்டுவந்தார். கச்சத்தீவு தொடர்பாக பிரபல பத்திரிகை ஒன்றில் கச்சத்தீவு காட்சிகள் என்ற தலைப்பில் கட்டுரை ஒன்றை எழுதினார் செ. மாதவன். அதன் முக்கியப்பகுதிகள் மட்டும் இங்கே:

'10-3-1992ஆம் நாள் மாநிலங்களவையில் மத்திய அரசின் முரண்பட்ட ஒப்பந்தங்களை, இந்தச் சபையிலேயே உறுதி செய்யப்பட்ட தமிழ்நாட்டு மக்களின் உரிமைகள் ஒரு கடிதத்தின் மூலம் பறிக்கப்பட்ட நிகழ்ச்சிகளை எடுத்துரைத்தேன். தி.மு.க., அ.தி.மு.க., காங்கிரசுக் கட்சி உறுப்பினர்கள் எனது கருத்துக்கு ஆதரவு தெரிவித்தனர். அன்று சபையில் இருந்த அன்றைய வர்த்தகத் துறை அமைச்சர் இன்றைய நிதி அமைச்சர் சிதம்பரம் எழுந்து பதில் அளித்தார்.

"I had brought the 1974 agreement and the 1976 agreement to the notice of the House. The government responded by giving its interpretation of the two agreements. If there is any other document or letter which appears to contradicts with the tenor of the two agreements or the interpretation we placed on the two agreements, we will certainly look into it" என்று உறுதி அளித்தார்.

அதற்குப் பிறகு அன்றைய பிரதமருக்கும், வெளியுறவு அமைச்சர்களுக்கும் இந்தப் பிரச்னைகளைக் கடிதங்கள் மூலம் 1996ஆம் ஆண்டு வரை எழுதி வந்தேன். பிரதமரும், அமைச்சர்களும், பதில் கடிதங்கள் எழுதினார்கள். ஆனால் தமிழ்நாட்டு மீனவர்களுக்குத் தகுந்த பரிகாரம் காணப்படவில்லை.'

எத்தனைக் கடிதங்கள் எழுதினாலும் சரி, தாக்குதல்கள் மட்டும் நிற்பதாக இல்லை. 1992 மார்ச் 15 அன்று கடலில் மீன்பிடிக்கச் சென்ற நாகப்பட்டினம் மீனவர்கள் ராஜாக்கண்ணு, பாலையா, பழனியாண்டி, ஆனந்தவேல், சுப்பிரமணியன், குட்டியாண்டி, ராமச்சந்திரன் என்ற ஏழு மீனவர்கள் இலங்கைக் கடற்படையினரால்

துப்பாக்கிச் சூட்டுக்கு ஆளாகினர். அவர்களுடைய படகு துப்பாக்கித் தோட்டாக்களால் சிதைக்கப்பட்டிருந்தன. அவர்கள் யாரும் வீடு திரும்பவில்லை.

இதுவிஷயமாக மத்திய அரசுக்குத் தகவல் கொடுக்கப்பட்டது. ஆனால் எந்தவிதமான ஆக்கப்பூர்வ நடவடிக்கைகளும் எடுக்கப்படவில்லை. ஏறத்தாழ ஏழு மாதங்கள் கழிந்துவிட்ட நிலையில் திமுக மாநிலங்களவை உறுப்பினர் வை. கோபால்சாமி நாடாளுமன்றத்தில் பிரச்னை எழுப்பினார். தமிழக மீனவர்களைப் பாதுகாக்காத இந்திய ராணுவம் மற்றும் இந்தியக் கடற்படையைக் கடுமையாக விமரிசித்தார்.

அப்போது தமிழ்நாட்டைச் சேர்ந்த காங்கிரஸ் உறுப்பினர் ஜெயந்தி நடராஜனுக்கும் வை.கோபால்சாமிக்கும் இடையே வாக்குவாதம் ஏற்பட்டது. தமிழக மீனவர்களைப் பாதுகாக்காமல் நொண்டி வாத்துகளாக இந்திய கடற்படை வேடிக்கை பார்க்கிறது என்று குற்றம்சாட்டினார் வை.கோபால்சாமி எம்.பி.

இலங்கை கடற்படையினரால் தமிழக மீனவர்கள் தொடர்ந்து சுட்டுக் கொல்லப்படுவது தொடர்பாக நாடாளுமன்றத்தில் திமுக உள்ளிட்ட கட்சிகள் பலத்த எதிர்ப்புகளைத் தெரிவித்துக் கொண்டிருந்த சமயத்தில் தமிழக அரசும் மத்திய அரசுக்குக் கடும் நெருக்கடியைக் கொடுத்தது. அதனைத் தொடர்ந்து இந்தியாவுக்கு அரசுமுறைப் பயணமாக வந்த இலங்கை அதிபர் ரணசிங்கே பிரேமதாசாவுடன் இந்தியப் பிரதமர் பி.வி. நரசிம்மராவ் பேச்சு வார்த்தை நடத்தினார்.

அதன் தொடர்ச்சியாக கூட்டறிக்கை ஒன்று வெளியிடப்பட்டது. அதன் முக்கியப் பகுதி மட்டும் இங்கே:

‘இருநாட்டு மீனவர்களும் மற்றொரு நாட்டின் கடற்பகுதிக்குள் சென்று வரும்போது எதிர்கொள்ளக்கூடிய பிரச்னைகள் குறித்து விவாதிக்கப்பட்டது. இம்மாதிரி விவகாரத்தை இருதரப்பும் பரஸ்பர அரவணைப்புடனும் புரிதலுடனும் சட்டப்பூர்வமான நடைமுறையிலும் அணுகவேண்டும்.’

எல்லைதாண்டி வந்துவிட்டார்கள் என்ற காரணத்துக்காகக் கொஞ்சமும் ஈவு இரக்கமின்றிச் சுட்டுக்கொன்றுவிட்டு, பரஸ்பர அரவணைப்பு பற்றியும் சட்டப்பூர்வ நடைமுறை பற்றியும் பேசிய கூட்டறிக்கையில் கொஞ்சமும் கூச்சமில்லாமல் கையெழுத்து போட்டுவிட்டுச் சென்றிருந்தார் இலங்கை அதிபர் ரணசிங்கே பிரேமதாசா. கூட்டறிக்கை என்பது வெறும் சம்பிரதாயம்தான்

என்பது அடுத்தடுத்த தாக்குதல்களின் மூலம் அம்பலத்துக்கு வந்தது. தமிழக மீனவர்கள் தொடர்ச்சியாகத் தாக்கப்பட்டுவந்தனர். மத்திய அரசும் செயலற்று இருந்தது.

ஆட்சிப் பொறுப்புக்கு வந்த சமயத்தில் கச்சத்தீவை மீட்டெடுப்பேன் என்று சபதம் போட்ட முதலமைச்சர் ஜெயலலிதாவின் நிலைப்பாட்டிலும் இப்போது சற்றே மாற்றம் வந்திருந்தது. உண்மையில் கடந்த ஆண்டே கொஞ்சம் விரக்தி கலந்த தொனியில் பேசியிருந்தார் முதலமைச்சர் ஜெயலலிதா.

20 ஏப்ரல் 1992 அன்று தமிழ்நாடு சட்டப்பேரவையில் பேசிய அவர், 'கச்சத்தீவை மீட்க வேண்டுமென்ற ஒரு தீர்மானத்தை இங்கே நிறைவேற்றி மத்திய அரசுக்கு அனுப்பினோம். ஆனால், கச்சத்தீவை மீட்பது என்பது விரைவில் நடக்கக்கூடிய ஒன்றாகத் தெரியவில்லை' என்றார். இப்போது 1993 ஏப்ரல் மாதத்தில் தமிழ்நாடு சட்டமன்றத்தில் மாநில மீன்வளத்துறைக்கான மானியக் கோரிக்கையின் மீது நடந்த விவாதத்தில் கலந்துகொண்டு பேசும்போது கூறிய வார்த்தைகள் அவருடைய மனமாற்றத்தை உறுதிசெய்யும் வகையில் இருந்தன.

'கச்சத்தீவை மீட்பது தொடர்பாக மாநில அரசு தன்னுடைய சக்திக்கு உட்பட்ட எல்லா நடவடிக்கைகளையும் எடுத்துவிட்டது. இந்த விஷயத்தில் மத்திய அரசுக்கு இருப்பதைப் போன்ற அதிகாரங்களும் உரிமைகளும் மாநில அரசுக்கும் இருக்குமேயானால் இந்நேரம் கச்சத்தீவைப் பறிமுதல் செய்திருப்போம்' என்றார் முதலமைச்சர் ஜெயலலிதா.

இந்திய அரசும் கண்டுகொள்ளவில்லை; மாநில அரசும் நிலைப்பாட்டை மாற்றிக்கொண்டிருந்தது. போதாது? உற்சாகம் பொங்க மீண்டும் தனது தாக்குதலைத் தொடங்கிவிட்டது இலங்கை கடற்படை. 1993 ஜூலை மாதத்தில் தஞ்சை மாவட்டம் வேதாரண்யம் அருகே ஆர்க்காட்டுத் துறையைச் சேர்ந்த மீனவர்கள் இந்தியக் கடல் எல்லையில் மீன்பிடித்துக் கொண்டிருந்தனர். அப்போது அவர்களை வழிமறித்த இலங்கைக் கடற்படையினர், கடுமையான தாக்குதலைத் தொடங்கினர். படகுகளை அடித்து உடைத்ததோடு, வலைகளைக் கிழித்து எறிந்தனர். சேதமடைந்த படகுகள், வலைகள் உள்ளிட்ட பொருள்களின் மதிப்பு சுமார் ஒரு லட்சம்.

அதேபோல, 1993 செப்டெம்பர் முதல் வாரத்தில் நாகப்பட்டினத்தைச் சேர்ந்த மீனவர் ஒருவரை இலங்கைக் கடற்படையினர் சுட்டுக்கொன்றனர். அப்போது இலங்கை அதிகாரியிடம் இருந்து

விநோதமான விளக்கம் ஒன்று வந்தது. ஆம். சுட்டுக்கொன்றது நாங்கள்தான். ஆனால் விடுதலைப்புலிகள் என்று அவர்களைத் தவறாக நினைத்துச் சுட்டு விட்டோம் என்றனர். உண்மையில் இது மிகப்பெரிய திசைதிருப்பல். இந்தச் சம்பவம் நடந்த அடுத்த மாதமே பழனிச்சாமி, பாண்டி, ராமமூர்த்தி, சங்கர் என்ற நான்கு ராமேஸ்வரம் மீனவர்களை இலங்கைக் கடற்படையினர் சுட்டுக்கொன்றனர்.

தாக்குதல்கள் தீவிரம் அடையும் சமயங்களில் எல்லாம் மத்திய அரசு கொஞ்சம் விழித்துக்கொண்டு, என்ன, ஏது என்று விசாரிப்பது வழக்கம். இம்முறையும் அப்படியே செய்தது. 1993 செப்டெம்பர் மாதம் இலங்கை வெளியுறவுத்துறை அமைச்சர் ஏ.சி.எஸ். ஹமீதுவுக்கும் இந்திய வெளியுறவுத்துறை அமைச்சர் தினேஷ் சிங்குக்கும் இடையே புதுடெல்லியில் பேச்சுவார்த்தை நடந்தது.

அதன் தொடர்ச்சியாக 16 அக்டோபர் 1993 அன்று இந்திய வெளியுறவுத் துறை செயலாளர் ஜே.என். தீக்சித், இலங்கை வெளியுறவுத்துறை செயலாளர் பெர்னார்ட் திலகரத்னே இடையே பேச்சுவார்த்தை நடத்தப்பட்டது. இரண்டு பேச்சுவார்த்தைகளின் மையப்புள்ளியும் இந்திய மீனவர்களை இலங்கை கடற்படையினர் சுட்டுக்கொல்லப்படும் விவகாரம்தான். இறுதியாக, மீனவர்கள் தாக்கப்படும் விவகாரத்தில் யதார்த்தமாகவும் பொறுப்புணர்வுடனும் உரிய நடவடிக்கைகளை எடுப்பது என்று முடிவுசெய்யப்பட்டது.

பொறுப்புணர்வுடன் கூடிய நடவடிக்கைகள் எடுக்கப்படும் என்று ஒருபக்கம் சொன்ன இலங்கை அரசு, இன்னொரு பக்கம் தமிழக மீனவர்கள் கொல்லப்படும் விவகாரத்தைத் திசைதிருப்பும் முயற்சியில் இறங்கியது. முதலில் தமிழக மீனவர்களைச் சுட்டார்கள். ஏன் என்று கேட்டபோது இலங்கை கடல் எல்லைக்குள் அத்துமீறி நுழைந்த தமிழக மீனவர்களைத்தான் சுட்டோம் என்று விளக்கம் சொன்னார்கள்.

தமிழக மீனவர்கள் எல்லை மீறி வரவில்லை என்று ஆதாரப்பூர்வமாக மறுத்தபோது, 'எல்லைக்குள் ஊடுருவும் விடுதலைப்புலிகளைத்தான் நாங்கள் சுட்டுக்கொல்கிறோம்; தமிழக மீனவர்களை அல்ல' என்று விளக்கத்தை மாற்றிக்கொண்டனர். 1993 அக்டோபர் மாதம் இந்த நிலைப்பாட்டில் இருந்தும் தடம்புரண்டனர் இலங்கைக் கடற்படையினர்.

'சுடப்படுவது தமிழக மீனவர்கள்தான்; ஆனால் சுடுவது நாங்கள் அல்ல; விடுதலைப்புலிகள்.'

12

மீனவர் கொலை: கடற்படையா? கடற்புலிகளா?

ஈழத்தமிழர் விடுதலைப் போராட்டத்தில் பல்வேறு போராளி இயக்கங்கள் ஈடுபட்டபோதும் கட்டமைப்பு ரீதியாக மிகவும் வலுவுடன் இருந்தவர்கள் விடுதலைப்புலிகள் மட்டும்தான். இலங்கை ராணுவத்துடன் கடுமையாக மோதியவர்களும் அவர்கள்தான். அந்த அமைப்பில் முறைப்படியான ராணுவம் கட்டமைக்கப்பட்டு செயல்பட்டது போன்றே 1990 ஆம் ஆண்டில் கடற்புலிகள் என்ற அமைப்பும் உருவாக்கப்பட்டிருந்தது.

விடுதலைப்புலிகளின் கடற்படை என்றும் அதனைச் சொல்லலாம். வீரியம் நிறைந்த கடற்புலிகளைக் கொண்டு இலங்கை அரசின் கடற்படைக்குக் கடுமையான சேதங்களை ஏற்படுத்திக் கொண்டிருந்தது விடுதலைப்புலிகள் இயக்கம். வீரியம் நிறைந்த வெடிபொருள்களைப் படகில் நிரப்பிக்கொண்டு செல்லும் கடற்புலிகள் இலங்கைக்குச் சொந்தமான இலக்குகள் மீது தாக்குதல் நடத்துவர். இதன் காரணமாக பெரிய அளவிலான வெடிப்புகள் நிகழும். சேதங்களும் மிக அதிகமானதாக இருக்கும்.

உதாரணமாக, 10 ஜூலை 1990 அன்று யாழ்ப்பாணத்தில் உள்ள வல்வெட்டித்துறையில் வைத்து இலங்கைக் கடற்படைக்குச் சொந்தமான எடிதரா என்ற கப்பலின் மீது கடற்புலிகள் தாக்குதல் நடத்தினர். அந்தத் தாக்குதலும் அதனால் ஏற்பட்ட பொருட்சேதமும் இலங்கை அரசை அதிர்ச்சியில் ஆழ்த்தின. கூடவே, விடுதலைப்புலிகளின் மீது கடுமையான ஆத்திரமும் ஏற்பட்டது. அதை அதிகப்படுத்தும் வகையில் அடுத்தடுத்து தாக்குதல் நடத்தினர் கடற்புலிகள்.

கடற்புலிகளின் மீதான ஆத்திரத்தைத் தணித்துக்கொள்ளும் வகையில் வாய்ப்பு கிடைக்கும்போதெல்லாம் இலங்கைக் கடற்படை அவர்கள் மீது தாக்குதல் நடத்தியது. சில சமயங்களில் தமிழக மீனவர்களும் அத்தகைய தாக்குதல்களுக்கு இரையாகி விடுவதுண்டு. அதாவது, தமிழக மீனவர்களைக் குறிவைத்துத் தாக்குவது போக, விடுதலைப்புலிகளாக இருக்கக்கூடும் என்ற தவறான புரிதல் காரணமாகவும் தமிழக மீனவர்கள் சுட்டுக்கொல்லப்பட்டனர். கேட்டால், எந்தப் படகில், யார் வருகிறார்கள் என்பது தெரியவில்லை என்ற பொறுப்பற்ற விளக்கத்தைக் கொடுத்தனர் இலங்கைக் கடற்படையினர்.

'நியாயம்' நிரம்பிய விளக்கத்தைக் கொடுத்துவிட்ட மகிழ்ச்சியில் மீண்டும் தாக்குதல் படலத்தைத் தொடங்கினர் இலங்கை கடற்படையினர். 1994 ஜனவரி மாதத்தில் விளாத்திகுளத்தைச் சேர்ந்த டென்னிஸ் என்ற மீனவர் இலங்கை கடற்படையினரால் சுட்டுக்கொல்லப்பட்டார். இதுநடந்த ஓரிரு தினங்களில் நாகப்பட்டினத்தைச் சேர்ந்த செல்வம், வெள்ளக்கோவில் செல்வம், அன்பழகன் என்ற மூன்று மீனவர்களை இலங்கைக் கடற்படையினர் சுட்டுக்கொன்றனர். அவர்களுடன் சென்ற மேலும் நான்கு மீனவர்களைக் கைதுசெய்து அழைத்துச்சென்றுவிட்டனர்.

அதற்கடுத்த மாதம் வேதாரண்யம் அருகே மீன்பிடித்துக் கொண்டிருந்த 12 மீனவர்களை இலங்கைக் கடற்படையினர் கைது செய்தனர். அப்போது அவர்கள் கைது செய்யப்பட்டதற்காகச் சொன்ன காரணம் விநோதமானது.

'மீனவர்கள் தங்கள் படகுகளில் கட்சிக் கொடிகளைக் கட்டியிருந்தனர் என்றும் உங்கள் நாட்டு தேசியக் கொடியைத்தான் கட்டவேண்டும்' என்று சொல்லி, அடித்து, பலத்த காயங்களுடன் திருப்பி அனுப்பினர்.

தாக்குதல்கள் அதிகரித்துக்கொண்டே சென்ற நிலையில் அவற்றைத் தடுத்து நிறுத்தும் நோக்கத்துடன் சில வழிகாட்டும் நெறிமுறைகளை

வகுக்க இந்திய அதிகாரிகள் முடிவுசெய்தனர். இதுவிஷயமாக இலங்கை வெளியுறவு செயலாளர் பெர்னார்ட் திலகரத்னே - இந்திய வெளியுறவு செயலாளர் ஜே.என். தீக்சித் ஆகியோரிடையே பேச்சுவார்த்தை நடந்தது. அதன் தொடர்ச்சியாக இருநாட்டு கடல் எல்லைகளைக் கடக்கும் மீனவர்களை மூன்றாகப் பிரித்து, அந்த மூன்று பிரிவினரையும் வெவ்வேறு முறைகளில் அணுகுவது என்று முடிவுசெய்யப்பட்டது.

சாதாரண முறையில் திரியும் படகுகளை சாதாரண விசாரணை என்ற அளவிலேயே அணுகவேண்டும். மீன்பிடிக்கும் நோக்கத்துடன் மட்டும் வந்திருந்தால் வெறுமனே விசாரிப்பது, பரிசோதனை செய்வது, எச்சரிக்கை விடுப்பது போன்ற நடவடிக்கைகளை எடுக்கலாம். மாறாக, தீய நோக்கத்துடன், குறிப்பாக, கடத்தல் தொழில் செய்யவோ அல்லது போராளிகளுக்கு உதவும் நோக்கத்துடனோ வந்திருந்தால் அவர்களை சட்டரீதியான நடவடிக்கைகளுக்கு உட்படுத்த வேண்டும்.

முறையான வழிகாட்டுதல் நெறிமுறைகள் வகுக்கப்பட்ட பிறகும் கூட தமிழக மீனவர்கள் தாக்கப்படுவதும் கொல்லப்படுவதும் நிற்கவில்லை. குறிப்பாக, 1994 மே மாதத்தில் புதுக்கோட்டையைச் சேர்ந்த தனவேல், ரவி என்ற இரண்டு மீனவர்கள் இலங்கைக் கடற்படையினரால் சுட்டுக் கொல்லப்பட்டனர்.

வழிகாட்டும் நெறிமுறைகள் வகுக்கப்பட்ட பின்னரும் தமிழக மீனவர்கள் கொல்லப்படுவது குறித்து இலங்கை அரசிடம் கேள்வி எழுப்பப்பட்டபோது அவர்கள் கொடுத்த விளக்கம் அதிர்ச்சியைக் கொடுத்தது.

சுட்டுக்கொல்லப்படுவர்கள் தமிழக மீனவர்கள். ஆனால் அவர்களைக் கொல்வது நாங்களல்ல, கடற்புலிகள்! அதாவது, விடுதலைப் புலிகள்!

இந்தப் பதிலின் மூலம் இரண்டு காரியங்களைச் சாதிக்கமுடியும் என்று நம்பியது இலங்கை அரசு. முதல் காரியம், கொலைப்பழியைத் தூக்கி விடுதலைப் புலிகள் மீது போட்டுவிட்டு, தங்களைப் புனிதப்படுத்திக் கொள்வது. இரண்டாவது காரியம், தமிழ்நாட்டில் விடுதலைப்புலிகளுக்கு இருக்கும் ஆதரவான சூழ்நிலையை சீர்குலைப்பது. ஆனால் இரண்டுமே ஈடேறவில்லை.

1991 ஆம் ஆண்டு சுதந்தர தினத்தன்று 'கச்சத்தீவை மீட்போம்' என்று சூளுரைத்த முதலமைச்சர் ஜெயலலிதா தற்போது அந்த நிலையில் இருந்து கொஞ்சம் இறங்கிவந்திருந்தார். ஆம். கச்சத்தீவை

முன்வைத்துப் போடப்பட்ட 1974 ஒப்பந்தத்தை செல்லாத ஒப்பந்தம் என்று அறிவிக்க வேண்டும், கச்சத்தீவைத் திரும்பப் பெறவேண்டும் என்று வலியுறுத்திய அவர், 1994 செப்டெம்பர் மாதத்தில் கச்சத்தீவு பற்றிப் பேசும்போது, 'தீன் பிகாவைப் போல கச்சத்தீவையும் இந்திய அரசு நீண்டகாலக் குத்தகைக்கு எடுக்கவேண்டும். உரிமம் பெற்ற இந்திய மீனவர்கள் இலங்கைக் கடற்பகுதியில் மீன்பிடிக்க அனுமதிப்பதற்கு உரிய நடவடிக்கைகளை இந்திய அரசு எடுக்கவேண்டும்' என்று கோரிக்கை விடுத்தார்.

மாநில அரசு கோரிக்கை விடுப்பதும் மத்திய அரசு விளக்கம் கொடுப்பதும் ஒருபக்கம் நடந்துகொண்டிருக்க, இன்னொரு பக்கம் இலங்கை கடற்படை தனது வழக்கமான தாக்குதலைத் தொடர்ந்தவண்ணம் இருந்தது. வழக்கமாக இரும்புத்தடி, துப்பாக்கிக் கட்டை போன்ற ஆயுதங்களால் தாக்குவதும் துப்பாக்கியால் சுடுவதும்தான் அவர்கள் பின்பற்றும் நடைமுறை. ஆனால் இந்தமுறை வித்தியாசமான முறையில் தாக்குதல் நடத்தினர்.

1995 ஆகஸ்டு மாதத்தில் தூத்துக்குடி மாவட்டம் விளாத்திகுளம் அருகே உள்ள கீழவைப்பாறையைச் சேர்ந்த நிக்சன், ஜெயக்கொடி, அருள்தாஸ், ராமன், சின்னத்தம்பி ஆகியோர் ஆசை என்பவருக்குச் சொந்தமான மீன்பிடிப் படகுகளை எடுத்துக்கொண்டு வேதாரண்யம் அருகேயுள்ள ஆர்க்காட்டுத்துறைப் பகுதியில் மீன்பிடித்துக்கொண்டிருந்தனர்.

அப்போது அவர்களுடைய தலைக்குமேலே ஹெலிகாப்டர் ஒன்று பறந்துவந்தது. என்ன, ஏது என்று சுதாரிப்பதற்குள் ஹெலிகாப்டரில் இருந்தபடியே கீழேயுள்ள மீனவர்களை நோக்கி குண்டுகள் வீசப்பட்டன. அடுத்த சில நொடிகளில் மீனவர்கள் ஐந்து பேரும் துண்டுதுண்டாகச் சிதறி உயிரிழந்தனர். தமிழக மீனவர்களை நிலைகுலையவைத்த சம்பவம் இது.

தாக்குதல்கள் நிற்காமல் தொடர்ந்து கொண்டிருந்த சமயத்தில் மத்தியிலும் மாநிலத்திலும் ஆட்சிமாற்றங்கள் ஏற்பட்டிருந்தன. திமுக, தமிழ் மாநில காங்கிரஸ், ஜனதா தளம், இந்திய கம்யூனிஸ்ட், மார்க்சிஸ்ட் கம்யூனிஸ்ட் உள்ளிட்ட கட்சிகளின் ஆதரவுடன் மத்தியில் ஐக்கிய முன்னணி என்ற பெயரில் கூட்டணி அரசு அமைந்தது.

ஜனதா தளத்தைச் சேர்ந்த ஹெச்.டி. தேவே கௌடா தலைமையில் அமைந்த அரசில் தமிழ்நாட்டைச் சேர்ந்த முரசொலி மாறன், ப. சிதம்பரம் உள்ளிட்ட பலரும் அமைச்சர்களாக இடம்பெற்றனர்.

மாநிலத்திலும் திமுக தலைமையிலான அரசு அமைந்தது. மீண்டும் கருணாநிதி முதலமைச்சர் பொறுப்புக்கு வந்திருந்தார்.

தமிழ்நாட்டைச் சேர்ந்த திமுக, தமாகா என்ற இரண்டு கட்சிகளும் அந்தக் கூட்டணியில் பிரதான இடத்தைப் பெற்றிருந்தன. ஆக, மத்திய, மாநில அளவில் திமுக செல்வாக்குடன் இருப்பதால் கச்சத்தீவு விவகாரத்தில் ஒரு சுமுகமான நிலை ஏற்படும், தமிழக மீனவர்கள் பாதுகாக்கப்படுவார்கள் என்ற எதிர்பார்ப்பு எழுந்தது.

மத்திய அரசில் திமுகவும் தமாகாவும் தங்களுக்கு இருக்கும் செல்வாக்கைப் பயன்படுத்தி கச்சத்தீவு மீட்பு விவகாரத்தில் மத்திய அரசை தமிழ்நாட்டுக்குச் சாதகமாகச் செயல்பட வைத்திருக்கமுடியும். ஆனால் அப்படியொரு காரியம் நடைபெறவில்லை. அதற்கு முக்கியமான காரணம், ஐக்கிய முன்னணி அரசை வெளியில் இருந்து ஆதரவு கொடுத்தது கச்சத்தீவைத் தாரைவார்த்துக் கொடுத்த காங்கிரஸ் கட்சி.

சரி, கச்சத்தீவைத்தான் மீட்டெடுக்க முடியவில்லை. போகட்டும். இலங்கை கடற்படையினரின் தாக்குதலில் இருந்தாவது தமிழக மீனவர்கள் பாதுகாக்கப்பட்டனரா என்றால் அதுவும் இல்லை. 1997 மே மாதம் புதுக்கோட்டையைச் சேர்ந்த மீனவர்கள் மூன்று பேர் இலங்கைக் கடற்படையினரால் சுட்டுக்கொல்லப்பட்டனர்.

அதே ஆண்டு ஜூலை மாதம் பாம்பன் பகுதியைச் சேர்ந்த மீனவர்கள் கோடியக்கரை பகுதியில் மீன்பிடித்துக் கொண்டிருந்த சமயத்தில் ஹெலிகாப்டரில் வந்த இலங்கை கடற்படையினர் மீனவர்களை நோக்கித் துப்பாக்கியால் சுட்டனர். அதில் இன்பராஜ், பிரான்சிஸ் என்ற இரண்டு மீனவர்கள் கொல்லப்பட்டனர்.

இம்மாதிரியான தாக்குதல் சம்பவங்கள் நடக்கும்போதெல்லாம் முதலமைச்சர் கருணாநிதி மத்திய அரசுக்குக் கோரிக்கை விடுத்தார்; கடிதம் எழுதினார். திமுக, தமாகா, இந்திய கம்யூனிஸ்ட் உள்ளிட்ட கட்சிகளைச் சேர்ந்த நாடாளுமன்ற உறுப்பினர்களும் தமிழ்நாட்டைச் சேர்ந்த இதர மக்களவை, மாநிலங்களவை உறுப்பினர்களும் நாடாளுமன்றத்தில் ஆவேசமாகப் பேசினர். அவை நடவடிக்கைகளில் சில நிமிடங்கள் சலசலப்பு ஏற்படுவதைத்தவிர வேறெந்த பலனும் கிடைக்கவில்லை.

திமுக அரசு தனது ஆட்சிக்காலத்தில் கச்சத்தீவை மீட்டெடுப்பதைக் காட்டிலும் தமிழக மீனவர்களின் இழந்துபோன உரிமைகளை மீட்டெடுக்கும் விஷயத்தில்தான் கூடுதல் கவனம் செலுத்தியது. உதாரணமாக, 22 ஜனவரி 1997 அன்று தமிழ்நாடு சட்டமன்றத்தில்

ஆளுநர் உரை நிகழ்த்தியபோது, 'கச்சத்தீவு அருகில் தமிழக மீனவர்கள் மீன்பிடிக்கும் உரிமையும் அந்தோனியார் கோயிலுக்குத் தமிழக யாத்ரிகர்கள் செல்லும் உரிமையும் மீண்டும் கிடைக்க மத்திய அரசைத் தமிழக அரசு வலியுறுத்தும்' என்று கூறினார். இதுதான் திமுகவின் நிலைப்பாடும்கூட.

இப்போது மத்திய அரசில் ஒரு சிறு மாற்றம் ஏற்பட்டது. தேவே கௌடாவுக்குப் பதிலாக இந்தர் குமார் குஜ்ரால் பிரதமர் பொறுப்பை ஏற்றிருந்தார். அவருடைய ஆட்சிக்காலத்தில், அதாவது, 1997 ஆகஸ்டு மாதத்தில் தமிழக மீனவர்கள் இலங்கை கடற்படையினரால் பலத்த தாக்குதலுக்கு ஆளாகினர். இதுகுறித்து நாடாளுமன்றத்தில் பிரச்னை எழுப்பினர் தமிழக எம்.பிக்கள். உடனடியாக விளக்கம் கொடுத்தார் பிரதமர் இந்தர் குமார் குஜ்ரால்.

'இனி இம்மாதிரி சம்பவம் நடக்காதிருக்க, நடைமுறைகளை உருவாக்க, இலங்கை அரசுடன் பேச்சுவார்த்தைகள் நடந்துள்ளன. இம்மாதிரியான படுகொலைகளை அங்குள்ள போராளிகள் செய்துள்ளனரா, அல்லது இலங்கைக் கடற்படை செய்ததா என்பது பற்றி நம்மால் கண்டுபிடிக்க முடியவில்லை. ஆகவே, நமது கடற்பரப்பு எல்லையைத் தாண்ட வேண்டாம் என்று மீனவர்கள் அறிவுறுத்தப்பட்டுள்ளனர். எம்.பிக்கள் இங்கு கூறுவது கவலை தரும் விஷயம்தான். ஆனால் வரம்பைத் தாண்டி நம்மால் எதுவும் செய்ய முடியாது'

இந்திரா காந்தி, மொரார்ஜி தேசாய், ராஜீவ் காந்தி, வி.பி. சிங், சந்திரசேகர், தேவே கௌடா போன்றவர்கள் வெவ்வேறு காலகட்டங்களில் என்ன சொன்னார்களோ, அதையேதான் ஐ.கே. குஜ்ராலும் சொன்னார். ஆனால் சில வார்த்தைகள் கூடுதலாக.

வரம்பைத்தாண்டி நம்மால் எதுவும் செய்யமுடியாது!

உண்மையில், தமிழக மீனவர்களைப் பாதுகாக்க இந்திய அரசு தன்னுடைய வரம்புகளை மீறி எதையேனும் செய்தாக வேண்டும் என்று தமிழக மீனவர்களோ, தமிழக அரசோ அல்லது அரசியல் கட்சிகளோ, சொல்லவில்லை. மாறாக, இலங்கை அரசின் வரம்பு மீறல்களைத்தான் தடுக்கவேண்டும் என்று கோரினர். ஆனாலும் குஜ்ராலின் இத்தகைய பேச்சு ஆச்சரியத்தையே கொடுத்தது.

போதாக்குறைக்கு, தமிழக மீனவர்கள் கொல்லப்படும் விவகாரத்தில் ஈழப்போராளிகளைத் தொடர்புபடுத்திப் பேசினார் பிரதமர் குஜ்ரால். இது இலங்கை ஆட்சியாளர்களுக்கு மிகவும் வசதியாகப் போனது. பாருங்கள், உங்கள் பிரதமரே சாட்சியம் சொல்கிறார் என்று சொல்லத் தொடங்கிவிட்டனர்.

ஐ.கே. குஜ்ரால் தலைமையிலான ஐக்கிய முன்னணி அரசு வெவ்வேறு அரசியல் காரணங்களுக்காக அற்ப ஆயுளில் வீழ்ந்துவிட்டது. அதனைத் தொடர்ந்து 1998 ஆம் ஆண்டு மத்தியில் தேசிய ஜனநாயகக் கூட்டணி ஆட்சி அமைத்தது. கச்சத்தீவு விவகாரத்தில் அதிக ஆர்வத்துடன் செயல்பட்டவர்களுள் ஒருவரான பாரதிய ஜனதாவைச் சேர்ந்த அடல் பிஹாரி வாஜ்பாய் இந்தியாவின் பிரதமராகப் பொறுப்பேற்றார்.

கச்சத்தீவின் உண்மையான பெயர் வாலிதீப் (வாலித்தீவு). ராமாயண காலத்தில் ராமர் வாலியை மறைந்திருந்து தாக்கியது இந்த இடத்தில் இருந்துதான். புராதன சிறப்புமிக்க இந்தத் தீவு இந்தியாவிடம்தான்

ஆர். முத்துக்குமார் | 127

இருக்க வேண்டும் என்பது பாரதிய ஜனதாவின் நிலைப்பாடு. ஆகவே, கச்சத்தீவு விவகாரத்தில் பிரதமர் வாஜ்பாய் உறுதியான நிலைப்பாட்டை எடுப்பார் என்ற எதிர்பார்ப்பு இருந்தது.

பாரதிய ஜனதா தலைமையிலான தேசிய ஜனநாயகக் கூட்டணி அமைச்சரவையில் அதிமுக பிரதான இடத்தைப் பிடித்தது. அந்தக் கூட்டணியின் வலிமை பொருந்திய கட்சியாகவும் அதிமுகவே இருந்தது.

கச்சத்தீவை மீட்டெடுக்கவேண்டும் என்று 1991 ஆம் ஆண்டு முதலே வலியுறுத்திவரும் அதிமுக பொதுச்செயலாளர் ஜெயலலிதா, இப்போது கச்சத்தீவு விவகாரத்தில் தான் நினைத்ததை இம்முறை சாதித்துவிடுவார் என்ற எதிர்பார்ப்பு எழுந்தது. அதிமுக ஆதரவை விலக்கினால் அடுத்த நொடி ஆட்சி கவிழ்ந்துவிடும் என்ற

அபாயகரமான நிலை. ஆகவே, அதிமுக பொதுச்செயலாளர் ஜெயலலிதா சொல்வதை எல்லாம் கேட்டு நடக்க வேண்டிய நிர்பந்தம் மத்திய அரசுக்கு இருந்தது.

ஜெயலலிதாவின் கருத்தைக் கேட்பதற்காகவும் பிரச்னை ஏற்படும் சமயங்களில் எல்லாம் அவரைச் சமாதானம் செய்வதற்காகவும் ஜார்ஜ் ஃபெர்னாண்டஸ், ஜஸ்வந்த் சிங் போன்ற மூத்த அமைச்சர்களே அவரை சென்னைக்கு வந்து சந்தித்துக் கொண்டிருந்தனர். ஆனாலும் அதிமுக ஆதரவுடன் இயங்கிய தேசிய ஜனநாயகக் கூட்டணி அரசின் காலத்தில் கச்சத்தீவு மீட்டெடுப்பு தொடர்பாக எவ்வித நடவடிக்கையும் எடுக்கப்படவில்லை. இதுவும் ஒரு புதிரான விஷயம்தான். பின்னர் மத்திய அரசுக்கு அளித்துவந்த ஆதரவை அஇஅதிமுக விலக்கிக்கொண்டதால், வாஜ்பாய் அரசு கவிழ்ந்தது.

1999 ஆம் மத்தியில் வாஜ்பாய் தலைமையில் தேசிய ஜனநாயகக் கூட்டணி அரசு இரண்டாம் முறையாக ஆட்சியைப் பிடித்தது. இப்போது அதிமுகவின் இடத்துக்கு திமுக வந்திருந்தது. கூட்டணியின் முக்கியக் கட்சிகளுள் ஒன்றாக திமுக இருந்தது. அந்தக் கட்சியின் சார்பில் முரசொலி மாறன், டி.ஆர். பாலு, ஆ. ராசா ஆகியோர் மத்திய அமைச்சரவையில் இடம்பெற்றிருந்தனர்.

பாரதிய ஜனதாவைச் சேர்ந்த ரங்கராஜன் குமாரமங்கலம், பொன். ராதாகிருஷ்ணன், ஜனா. கிருஷ்ணமூர்த்தி, சு. திருநாவுக்கரசர் ஆகியோரும் மதிமுகவைச் சேர்ந்த மு. கண்ணப்பன், செஞ்சி ராமச்சந்திரன் ஆகியோரும் பாமகவைச் சேர்ந்த என்.டி. சண்முகம், ஏ.கே. மூர்த்தி ஆகியோரும் மத்திய அமைச்சரவையில் இடம்பெற்றிருந்தனர். மத்திய அமைச்சரவையில் தமிழகத்தைச் சேர்ந்த பத்துக்கும் அதிகமானோர் இடம்பிடித்தது அதுதான் முதன்முறை.

ஐந்தாண்டு காலம் மாநிலத்திலும் மத்தியிலும் ஆட்சியில் இருந்தபோது தமிழக மீனவர்களைக் காப்பாற்றவேண்டும், கடத்தப்பட்ட மீனவர்களை விடுவிக்க உரிய நடவடிக்கைகளை எடுக்கவேண்டும், தமிழக மீனவர்களைச் சுடப்படுவதைத் தடுக்க வேண்டும், இலங்கை அரசை எச்சரிக்க வேண்டும் என்பன போன்ற கோரிக்கைகளை மத்திய அரசிடம் திமுக மீண்டும் மீண்டும் வலியுறுத்தியது. ஆனால் கச்சத்தீவைத் திரும்பப் பெறுவது தொடர்பான நடவடிக்கைகள் எதையும் எடுக்கவில்லை.

13

இலங்கை இறுதி யுத்தம் : முன்னும் பின்னும்

2001 ஆம் ஆண்டு நடந்த தமிழ்நாடு சட்டமன்றத் தேர்தலில் அதிமுக தலைமையிலான கூட்டணி பிரம்மாண்டமான வெற்றியைப் பெற்று ஆட்சியைப் பிடித்தது. ஜெயலலிதா மீண்டும் முதலமைச்சர் பொறுப்புக்கு வந்தார். ஆனாலும் தமிழக மீனவர்கள் மீதான தாக்குதல்கள் மட்டும் நிற்கவே இல்லை. நித்திய கண்டமும் அற்ப ஆயுளுமாகவுமே தமிழக மீனவர்களின் வாழ்க்கை நிலைமை இருந்தது.

சமீபகால நிலைமையை விளக்கிச் சொல்லும் வகையில் 23 ஜுலை 2003 அன்று பிரதமர் வாஜ்பாய்க்குக் கடிதம் எழுதினார் தமிழக முதலமைச்சர் ஜெயலலிதா. கடல் எல்லை ஒப்பந்தம் முடிவுசெய்யப்பட்ட பிறகும்கூட நூற்றுக்கும் அதிகமான தமிழக மீனவர்கள் இலங்கைக் கடற்படையினரால் கொல்லப்பட்டுள்ளனர்; முந்நூறுக்கும் மேற்பட்ட மீனவர்கள் கடுமையாகத் தாக்கப்பட்டுள்ளனர்; முப்பத்தைந்து மீன்பிடிப் படகுகள் சேதப்படுத்தப்பட்டுள்ளன; ஒரு கோடி ரூபாய்க்கும் அதிகமான மதிப்பு கொண்ட மீன்கள் மீண்டும் கடலில் கொட்டப்பட்டுள்ளன என்பன போன்ற விவரங்களை எல்லாம் அந்தக் கடிதத்தில் குறிப்பிட்டிருந்தார்.

மேலும், இந்தியா - இலங்கை இடையே நல்லுறவைப் பேணவும், தமிழக மீனவர்கள் பாரம்பரியமாக அனுபவித்து வரும் உரிமைகளைக் காப்பாற்றவும் உள்ள ஒரே வழி, கச்சத்தீவையும், அதற்கு அருகிலே உள்ள கடல் பகுதிகளையும் தமிழக மீனவர்கள் மீன் பிடிப்பதற்கும், வலைகளைக் காயவைப்பதற்கும், யாத்திரை செல்வதற்கும் நிரந்தர குத்தகைக்குப் பெறலாம்; அதே நேரத்தில் கச்சத்தீவில் இலங்கை நாட்டுக்குள்ள இறையாண்மையை ஏற்றுக்கொள்ளலாம் என்றும் அந்தக் கடிதத்தில் குறிப்பிட்டிருந்தார் முதலமைச்சர் ஜெயலலிதா.

அந்தக் கடிதம் எழுதப்பட்ட இரண்டாவது நாள் புதுடெல்லியில் இந்திய, இலங்கை நாடுகளின் வெளியுறவுத்துறைச் செயலாளர் கள் சந்தித்துப் பேச்சுவார்த்தை நடத்தினர். அதன் இறுதியில் அறிக்கை ஒன்று வெளியிடப்பட்டது. அதில் இடம்பெற்ற வார்த்தைப் பிரயோகங்கள் அனைத்தும் வழமைபோலவே இருந்தன. கூடுதலாக, அதிர்ச்சியூட்டும் வாக்கியம் ஒன்றும் இடம்பெற்றிருந்தது. அதாவது, இருநாட்டு மீனவர்களும் மற்ற வர்களின் கடல் எல்லைக்குள் அத்துமீறி நுழைவதற்கு வருத்தம் தெரிவித்த அந்த அறிக்கை, 'பெரிய அளவில் வன்முறை ஏதும் நடக்கவில்லை' என்று கூறியது.

1983 தொடங்கி 2003 வரையிலான காலகட்டத்தில் தமிழக மீனவர் கள் இலங்கை கடற்படையினரால் தாக்கப்பட்ட, கொல்லப்பட்ட சம்பவங்கள் அநேகம். அதற்கான பட்டியல்கள் எல்லாம் அப்போதைக்கப்போது இந்திய அரசின் மூலமாக இலங்கை அரசுக்குத் தரப்பட்டுள்ளன. தமிழக மீனவர்கள் துப்பாக்கியால் சுட்டுக் கொல்லப்படுவது, வெடிகுண்டு வீசிக் கொல்லப்படுவது என்று நடைபெற்ற சம்பவங்கள் அனைத்துக்கும் பத்திரிகை சாட்சியங்கள் இருக்கின்றன.

போதாக்குறைக்கு, தமிழக முதலமைச்சர் ஜெயலலிதா இரண்டு தினங்களுக்கு முன்புதான் விரிவான கடிதம் ஒன்றை மத்திய அரசுக்கு எழுதியிருந்தார். அதில் தாக்குதல்கள் குறித்த பல செய்திகள் இடம்பெற்றிருந்தன. ஆனால் அத்தனை சாட்சியங்களையும் நிராகரிக்கும் வகையில், 'பெரிய அளவில் வன்முறை நடக்கவில்லை' என்று கூட்டறிக்கையில் கூறப்பட்டது எத்தனை பெரிய மோசடி. இதற்கு இந்திய வெளியுறவுத்துறையும் சம்மதம் தெரிவித்துக் கையெழுத்து போட்டிருப்பது துரோகத்தைத் தவிர என்னவாக இருக்கமுடியும்?

பின்னர் மத்தியில் மீண்டும் ஆட்சி மாற்றம் ஏற்பட்டது. 2004 ஆம் ஆண்டு நடந்த மக்களவைத் தேர்தலில் காங்கிரஸ் தலைமையிலான

ஐக்கிய முற்போக்குக் கூட்டணி வெற்றிபெற்று ஆட்சி அமைத்தது. அந்தக் கூட்டணி அமைச்சரவையில் திமுக, பாமக உள்ளிட்ட தமிழக அரசியல் கட்சிகள் இடம்பெற்றன. தமிழகத்தைச் சேர்ந்தவர்கள் மிக அதிக எண்ணிக்கையில் இடம்பெற்றிருந்தனர். 1998 ஆம் ஆண்டு வாஜ்பாய் அரசு எப்படி அதிமுகவின் பலத்தில் இயங்கியதோ அதேபோன்ற நிலையில்தான் தற்போதைய ஐக்கிய முற்போக்குக் கூட்டணி அரசு திமுகவின் பலத்தில் செயல்படத் தொடங்கியது.

திமுக தலைவர் கருணாநிதிக்கு மத்திய அரசில் நல்ல செல்வாக்கு. ஆகவே, தமிழக மீனவர்கள் தாக்கப்படும் விஷயத்தில் ஏதேனும் நல்ல மாற்றங்கள் ஏற்படும் என்ற எதிர்பார்ப்பு மீண்டும் ஒருமுறை எழுந்தது. வழக்கம்போல இலங்கை கடற்படைக் கடத்தல், கொலை, தாக்குதல் என்று தமிழக மீனவர்களை இம்சித்துக்கொண்டே இருந்தது. அப்படியான சம்பவங்கள் நடக்கும்போதெல்லாம் திமுக தரப்பில் இருந்து கோரிக்கைகள் செல்லும். அதேபோலவே, தமிழக முதலமைச்சர் ஜெயலலிதாவும் மத்திய அரசுக்குக் கடிதம் எழுதுவார்.

குறிப்பாக, 2004 ஆகஸ்டு மாத இரண்டாவது வாரத்தில் நாகை மாவட்டம் அக்கரைப்பேட்டையைச் சேர்ந்த இருபத்தைந்துக்கும் மேற்பட்ட மீனவர்களை இலங்கை கடற்படையினர் கடத்திச் சென்றனர். அவர்களை விடுவிக்கக்கோரி மத்திய வெளியுறவுத் துறை அமைச்சர் நட்வர் சிங்குக்குக் கடிதம் எழுதினார் திமுக தலைவர் கருணாநிதி. அதேபோல, முதலமைச்சர் ஜெயலலிதாவும் மத்திய அரசுக்குக் கோரிக்கை விடுத்தார். பலத்த முயற்சிகளுக்குப் பிறகு அனைத்து மீனவர்களும் விடுதலை செய்யப்பட்டனர்.

இப்படி, தமிழக மீனவர்களை இலங்கை கடற்படையினர் கடத்திச் செல்வதும் பின்னர் தமிழக அரசு மற்றும் அரசியல் கட்சிகள் மத்திய அரசுக்குக் கோரிக்கை விடுப்பதும் பின்னர் ஆற அமர அவர்களை விடுதலை செய்வதும் அன்றாட நடவடிக்கையாகவே நீடித்துக் கொண்டிருந்தது. குறிப்பாக, 2004 அக்டோபர் மாத முதல் வாரத்தில் பதினைந்து தமிழக மீனவர்களைக் கடத்திச் சென்றனர் இலங்கை கடற்படையினர். அவர்களை மீட்கக்கோரி மத்திய அரசுக்கு தமிழ்நாட்டில் இருந்து தொடர் நெருக்கடிகள் தரப்பட்டன. அதன் பலனாக கடத்தப்பட்ட மீனவர்கள் விடுவிக்கப்பட்டனர்.

இந்தச் சமயத்தில் தமிழக மீனவர்களின் பாதுகாப்புக்காக மத்திய அரசு ஒரு முக்கியமான காரியத்தைச் செய்தது. ராமேஸ்வரம் கடல் பகுதியில் ரோந்துப் பணியில் ஈடுபடுவதற்காக இஸ்ரேல் நாட்டில் இருந்து நாற்பது கோடி ரூபாய்க்கு கப்பல் ஒன்று வாங்கப்பட்டது.

தமிழக மீனவர்களைப் பாதுகாப்பதுதான் இந்தக் கப்பலின் பணி என்று சொன்ன கப்பலின் கேப்டன் முத்துகிருஷ்ணன், இந்தக் கப்பல் இருபத்தி நான்கு மணி நேரமும் ரோந்துப்பணியில் ஈடுபடும் என்றும் தெரிவித்தார்.

இதற்கிடையே இலங்கையில் விடுதலைப்புலிகளுக்கும் இலங்கை ராணுவத்துக்கும் இடையிலான நான்காவது யுத்தம் 2006 ஆம் ஆண்டில் தொடங்கியது. விடுதலைப்புலிகளுடன் யுத்தம் தொடங்கிவிட்டது என்றால் கடல் பகுதியில்தான் அதிகபட்ச கண்காணிப்பைச் செலுத்துவது இலங்கை அரசின் வழக்கம்.

காரணம், தமிழ்நாட்டில் இருந்து விடுதலைப்புலிகள் ஆதரவாளர்களின் உதவியுடன் ஆயுத சப்ளை நடக்கும் என்பது

இலங்கை அரசின் கணிப்பு. ஆகவே, யுத்தம் மூளும் சமயத்தில் தங்களுக்குச் சொந்தமான கடற்பகுதிகளை எல்லாம் தடைசெய்யப்பட்ட பகுதியாக அறிவித்து விடுவார்கள். பாதுகாப்பு கெடுபிடிகளையும் அதிகரித்துவிடுவார்கள்.

தடை செய்யப்பட்ட பகுதி என்று அறிவித்துவிட்டபிறகு அந்தப் பகுதியில் யார், எந்தக் காரணத்துக்காக நுழைந்தாலும் அவர்களைச் சுட்டு வீழ்த்தும் அதிகாரம் இலங்கைக் கடற்படைக்குக் கிடைத்துவிடும் அல்லவா. அம்மாதிரியான சமயங்களில் தமிழக மீனவர்கள் தப்பித்தவறி இலங்கை கடற்பகுதிக்குள் தட்டுப்பட்டுவிட்டால் போதும். தீர்ந்தது கதை. வருவது விடுதலைப்புலியா, தமிழக மீனவரா என்று எந்த ஆராய்ச்சியையும் செய்ய மாட்டார்கள். சுட்டுத்தள்ளிவிட்டுப் போய்விடுவார்கள். காரணம், இருவருமே தமிழர்கள்தாமே!

யுத்தத்தை முன்வைத்துத் தமிழக மீனவர்களைச் சுட்டுக்கொன்றது இலங்கை கடற்படை. இந்திய அரசு விளக்கம் கேட்டபோது, அந்தக் கொலைப்பழியைத் தூக்கி விடுதலைப்புலிகளின் மீது போட்டுவிட்டது இலங்கை அரசு.

இதற்கிடையே தமிழ்நாட்டில் மீண்டும் ஆட்சி மாற்றம் நடந்தது. 2006 ஆம் ஆண்டு நடந்த தமிழ்நாடு சட்டமன்றத் தேர்தலில் திமுக கூட்டணி வெற்றி பெற்றது. மீண்டும் முதலமைச்சராகப் பொறுப்பேற்றார் கருணாநிதி. கடந்த காலங்களில் தமிழக மீனவர்கள் இழந்த உரிமைகளை மீட்டெடுக்க வேண்டும் என்று கூறிவந்த திமுக, மீண்டும் ஆட்சிக்கு வந்ததும் கச்சத்தீவு விவகாரத்தில் தன்னுடைய நிலைப்பாட்டை சற்றே மாற்றிக்கொண்டது.

2006 செப்டெம்பர் இறுதியில் பிரதமர் மன்மோகன் சிங்குக்கு எழுதிய கடிதத்தில் கச்சத்தீவை நீண்டகாலத் குத்தகைக்கு எடுப்பது பற்றிக் குறிப்பிட்டார் முதலமைச்சர் கருணாநிதி. அந்தக் கடிதத்தின் முக்கியப்பகுதி மட்டும் இங்கே:

'கச்சத்தீவைச் சுற்றியுள்ள கடற்பகுதியில் இந்திய மீனவர்களின் பாரம்பரிய உரிமைகளை மீண்டும் நிலைநாட்டும் வகையில், அப்பகுதியில் மீன்பிடிக்கவும் வலைகளை உலர வைக்கவும் புனித யாத்திரை மேற்கொள்ளவும், தற்போதுள்ள ஒப்பந்தத்தின் வரையறைக்குள், கச்சத்தீவை நிரந்தரக் குத்தகைக்கு எடுக்க இந்திய அரசு நடவடிக்கை எடுக்கவேண்டும்.'

கடிதங்களும் கோரிக்கைகளும் பலனளிக்காத நிலையில் 2007 மார்ச் மாதத்தில் எச்சரிக்கை ஒன்றை விடுத்தார் முதலமைச்சர் கருணாநிதி. தமிழக மீனவர்கள் தாக்கப்படுவது தொடர்பான கேள்விக்குப் பதிலளித்த அவர், 'இந்தக் கொடுமை பற்றி இந்தியப் பிரதமருக்குப் பலமுறை தமிழக அரசின் சார்பில் கடிதங்கள் எழுதிவிட்டோம். திரும்பத் திரும்ப தமிழக மீனவர்களைத் தாக்கும் செயல் நடைபெறுமேயானால், தமிழனுடைய கை அந்தக் கடலில் மீன்பிடித்துக் கொண்டிருக்குமென்று மாத்திரம் கருதவேண்டாம்.'

இந்திய அரசின் எச்சரிக்கையையே அலட்சியம் செய்யும் இலங்கை கடற்படை, தமிழ்நாடு முதலமைச்சரின் மிரட்டலுக்கா பணியப்போகிறது.. அதேமாதம் ராமேஸ்வரத்தைச் சேர்ந்த கிறிஸ்டோபர் என்ற மீனவர் இலங்கை கடற்படையினரால் சுட்டுக்கொல்லப்பட்டார். அப்போதும் விடுதலைப்புலிகளின் மீது பழியைப் போட்டது இலங்கை அரசு. இலங்கை அரசின் செயல் குறித்து 13 மார்ச் 2007 அன்று நாடாளு மன்றத்தில் பேசிய காங்கிரஸ் உறுப்பினர் நாராயணசாமி, 'இந்தப் பிரச்னையைத் திசைதிருப்பும் வகையில் விடுதலைப்புலிகள் மீது இலங்கை அரசு பழிபோடுகிறது' என்றார்.

இந்நிலையில் தமிழக மீனவர்கள் எல்லை தாண்டாமல் இருக்கவும், அப்படி எல்லைதாண்டும் மீனவர்களை இலங்கைக் கடற்படையினர் சுட்டுக் கொல்லாமல் இருக்கவும் ஏதுவாக இந்தியக் கடற்படை மற்றும் கடலோரக் காவல்படை ஆகியவற்றுடன் இலங்கைக் கடற்படையையும் கூட்டு ரோந்தில் ஈடுபடுத்தலாம் என்ற யோசனையை இலங்கை அரசு முன் வைத்திருப்பதாக இந்திய வெளியுறவுத்துறை வட்டாரங்கள் தெரிவித்தன.

இதுகுறித்து பிரதமர் மன்மோகன் சிங்குக்குக் கடிதம் எழுதிய முதலமைச்சர் கருணாநிதி, 'கூட்டு ரோந்து என்பது நிலைமையை மேலும் சிக்கலாக்கி விடும். ஆகவே கூட்டு ரோந்து வேண்டாம். அதற்கு மாற்றாக, இந்திய கடற்படை, கடலோர காவல்படை ஆகியவற்றின் கண்காணிப்பைப் போதுமான

அளவுக்கு இறுக்கவேண்டும்' என்று சொன்னதோடு, அதற்குரிய ஆலோசனைகளையும் அந்தக் கடிதத்தில் குறிப்பிட்டிருந்தார்.

- கூடுதல் ஆட்களுடனும் நவீன படகுகள் மற்றும் விமானங்களுடனும் தீவிரமான கடல் மற்றும் வான் ரோந்துப் பணிக்காக கடலோரக் காவல்படை, கடற்படை ஆகியவற்றை மேலும் அதிகமான அளவில் நிறுத்திவைக்கவேண்டும்.

- கிழக்கு அல்லது மேற்கு கடற்கரை என்ற எந்த வேறுபாடும் இல்லாமல் தமிழ்நாடு கடற்கரையில் கடல் ரோந்து முழுவதையும் ஒரே தலைமையின் கீழ் கொண்டுவர வேண்டும்.

- கன்னியாகுமரியில், நல்ல சாதனங்களுடன் கூடிய நவீன ரோந்து மற்றும் துரத்திப் பிடிக்கும் படகுகள் ஆகியவற்றுடன் கூடிய கடலோரக் காவல்படை நிலையத்தை அமைக்கவேண்டும்.

எத்தனைப் பாதுகாப்பு ஏற்பாடுகளைச் செய்தாலும் அதைப்பற்றி எங்களுக்குக் கவலை இல்லை; எங்கள் கடன் தமிழக மீனவனைச் சுட்டுக் கொல்வது மட்டுமே என்ற ரீதியில் செயல்பட்டுக் கொண்டிருந்தது இலங்கை கடற்படை. கடிதம், தொலைநகல், மனு, பேச்சுவார்த்தை, போராட்டம் என்று எல்லா விதமான அணுகுமுறைகளும் பின்பற்றப்பட்டு, எதுவும் பலனளிக்காத நிலையில் அதிமுக பொதுச்செயலாளர் ஜெயலலிதா உச்ச நீதிமன்றத்தில் வழக்கு ஒன்றைத் தொடர்ந்தார்.

14

வழக்கு எண் 561/2008

தமிழக மீனவர்கள் தாக்கப்படுகின்றனர்; கொல்லப்படுகின்றனர்; மீன்கள் உள்ளிட்ட சொத்துகள் கொள்ளையடிக் கப்படுகின்றன; படகுகளும் வலைகளும் சேதப்படுத்தப்படுகின்றன. இவற்றில் எதையும் தடுத்து நிறுத்துவதற்கு மத்திய அரசு முன்வரவில்லை. ஒருவேளை முயற்சிகள் எடுத்தாலும் அவை வெற்றிபெறுவதில்லை. எனில், இந்தப் பிரச்னையைத் தீர்க்க ஒரே வழி சட்டத்தின் துணையை நாடுவதுதான் என்ற முடிவுக்கு அதிமுக பொதுச்செயலாளர் ஜெயலலிதா வந்தார்.

உச்சநீதிமன்றத்தில் வழக்கு ஒன்றையும் தொடர்ந்தார். இது நடந்தது 2008 ஆம் ஆண்டில். ஆனால் அதற்கு முன்னரே கச்சத்தீவை முன்வைத்து இரண்டு வழக்குகள் வெவ்வேறு காலகட்டங்களில் தொடரப்பட்டிருந்தன.

முதல் வழக்கு 1974 ஆம் ஆண்டு கச்சத்தீவு ஒப்பந்தம் போடப்பட்ட உடனேயே ஜனசங்கத்தைச் சேர்ந்த வழக்கறிஞர் கிருஷ்ணமூர்த்தி தொடர்ந்தது. அதைப்பற்றி ஏற்கெனவே பார்த்துவிட்டோம். அந்த வழக்கில் பெரிய முன்னேற்றம் எதுவும் ஏற்படவில்லை. அதன்பிறகு சுமார் இருபது ஆண்டுகள் கழித்து, திராவிடர் கழகத்தின் பொதுச்செயலாளர் கி. வீரமணி வழக்கு ஒன்றைத் தொடர்ந்தார்.

வழக்கு தொடர்வதற்கு முன்பு திராவிடர் கழகத்தின் சார்பில் ராமேஸ்வரத்தில் 26 ஜூலை 1997 அன்று தமிழக மீனவர் பாதுகாப்பு மற்றும் கச்சத்தீவு மீட்புரிமை மாநாடு நடத்தப்பட்டது. தமிழக மீனவர்கள் படுகொலை செய்யப்படுவதைத் தடுத்து நிறுத்தவேண்டும்; தமிழர்களுக்குச் சொந்தமான கச்சத்தீவு மீண்டும் தமிழ்நாட்டின் வசம் ஒப்படைக்கப்பட வேண்டும் என்ற இரண்டு கோரிக்கைகளையும் இந்திய, தமிழக அரசுகள் நிறைவேற்ற உரிய நடவடிக்கைகளை எடுக்க வேண்டும் என்று மாநாட்டில் தீர்மானம் நிறைவேற்றப்பட்டது. கச்சத்தீவு தொடர்பாக வழக்கு ஒன்றைத் தொடுக்கவும் அந்த மாநாட்டில் முடிவுசெய்யப்பட்டது.

29 ஜூலை 1997 அன்று திராவிடர் கழகப் பொதுச் செயலாளர் கி.வீரமணி சென்னை உயர்நீதிமன்றத்தில் வழக்கு தொடுத்தார்.

அவர் தாக்கல் செய்த ரிட் மனுவை விசாரணைக்கு எடுத்துக்கொண்ட நீதிபதி ஜெயசிம்மபாபு, எதிர் மனுதாரர்களுக்கு தாக்கீது அனுப்ப உத்தரவிட்டார்.

மீனவர்கள் கொல்லப்படுவது ஏறக்குறைய அன்றாட நிகழ்ச்சியாக இருந்தும்கூட, அந்தக் கொடுமையைத் தடுப்பதற்கு மத்திய அரசாலோ மாநில அரசாலோ தகுந்த வலிமையான நடவடிக்கை எதுவும் எடுக்கப்படவில்லை என்று தன்னுடைய ரிட் மனுவில் கூறிய கி.வீரமணி, இந்திய அரசியலமைப்புச் சட்டத்தின் சில முக்கியப் பிரிவுகளைத் தன்னுடைய மனுவில் மேற்கோள் காட்டியிருந்தார். கச்சத்தீவு தாரை வார்ப்பு விவகாரத்தில் இந்த மேற்கோள்கள் உன்னிப்பாகக் கவனிக்கப்பட வேண்டியவை.

'அரசியல் சட்டத்தின் பாகம் 1, 1 முதல் 4 பிரிவுகளைக் (Article) கொண்டுள்ளது. முதலாவது அட்டவணையில் (Schedule) குறிப்பிட்டுள்ளபடி, பிரிவு 1 'மாநிலங்களும் எல்லைகளும்' பற்றிக் குறிப்பிடுகிறது. மூன்றாவது பிரிவின்படி, புதிய மாநிலங்களை உருவாக்குவது, எல்லைகளில் மாறுதல் செய்வது, ஏற்கெனவே உள்ள மாநிலங்களின் பெயர்களை மாற்றுவது ஆகியவற்றை குறிப்பிட்டுள்ள வழிகளில் மட்டுமே செய்துகொள்ள முடியும்.

அத்தகைய நடவடிக்கைகளை, குறிப்பாக, ஒரு மாநிலத்தின் எல்லையைக் குறைக்கும் நடவடிக்கையை நாடாளுமன்றச் சட்டத்தின் மூலமே நடைமுறைப்படுத்த முடியும். மாநிலங்களின் எல்லைகளை மாற்றியமைப்பது குறித்து பிரிவு 3 (சி) குறிப்பிடுகிறது. அந்தப் பிரிவின்படி மாநிலத்தின் எல்லைகள் சுருக்கப்பட வேண்டுமானால் குடியரசுத் தலைவரின் பரிந்துரைப்படி நாடாளுமன்றத்தில் மசோதா தாக்கல் செய்யப்பட வேண்டும் என்று பிரிவு 3இன் இணைப்புப் பகுதியில் குறிப்பிடப்பட்டுள்ளது.

மேலும், அத்தகைய மசோதா நாடாளுமன்றத்தில் தாக்கல் செய்யப்படுவதற்கு முன்னர் சம்பந்தப்பட்ட மாநில சட்டமன்றத்தின் ஒப்புதலைப் பெறவேண்டும் என்றும் சொல்லப்பட்டுள்ளது. ஒரு மாநிலத்தின் எல்லையைக் குறைத்திட வேண்டும் என்கிற கட்டாயம் இந்திய அரசுக்கு வரும்போது, பிரிவு 3இன் இணைப்பில் குறிப்பிட்டுள்ளபடி, நாடாளுமன்றத்தில் சட்டம் இயற்றப்பட்ட பிறகே அதைச் செய்ய முடியும்.

பிரிவு-3இன்படி நாடாளுமன்றத்தில் சட்டம் இயற்றப்பட வேண்டும் என்பது மட்டுமல்ல; இந்திய அரசியல் சட்டத்தின் பாகம் XX-இல் இடம் பெற்றுள்ள 368ஆவது பிரிவின் கீழ் அந்த அட்டவணைக்குத் திருத்தம் கொண்டு வரப்படவேண்டும்.'

அரசியல் சட்டம் வகுத்துள்ள மேற்கண்ட எந்த நடைமுறையும் கச்சத்தீவு தாரைவார்ப்பு விவகாரத்தில் பின்பற்றப்படவில்லை. ஆகவே, இந்த ரிட் மனு மீதான இறுதித் தீர்ப்பை வழங்கும் வரையிலும் மூன்று இடைக்கால உத்தரவுகளைப் பிறப்பிக்க வேண்டும் என்று கோரினார் கி. வீரமணி.

முதல் கோரிக்கை: தமிழ்நாட்டு மீனவர்களின் உயிருக்கும் உடைமைக்கும் முழுமையான பாதுகாப்பு அளிக்கும் வகையிலும் கச்சத்தீவு இந்தியாவுடன் இணைந்த ஒரு பகுதி என்ற அடிப்படையில் கச்சத்தீவின் உள்ளும் புறமும் உள்ளிட்ட இந்தியக் கடல் எல்லைக்குள் மீன்பிடிக்கும் வகையிலும் மாண்புமிகு நீதிமன்றம் உடனடியாக இடைக்கால ஆணை பிறப்பிக்கவேண்டும்.

இரண்டாம் கோரிக்கை: இந்தியக் கடல் எல்லைக்கு உட்பட்ட பகுதியிலும் கச்சத்தீவைச் சுற்றியுள்ள கடல் பகுதியிலும் மீன்பிடிக்கச் செல்கின்ற தமிழ்நாட்டு மீனவர்கள் இலங்கை ராணுவத்தால் கொல்லப்படாமலும் தாக்கப்படாமலும் தடுத்து, பாதுகாப்பு அளிக்கும் வகையில் தேவையான, அவசியமான அளவுக்கு இந்தியக் கடற்படை உள்ளிட்ட ராணுவம், விமானப் படை ஆகியவற்றையும் பணியில் ஈடுபடுத்துமாறு இந்திய அரசுக்கு மாண்புமிகு நீதிமன்றம் ஆணை பிறப்பிக்கவேண்டும்.

மூன்றாம் கோரிக்கை: கச்சத்தீவு இந்திய இறையாண்மைக்கு உட்பட்டது என்றும் தமிழ்நாடு மாநிலத்தின் எல்லைக்குள் அடங்கியிருக்கிறது என்றும் இந்திய தேச எல்லையிலிருந்து அல்லது இறையாண்மையிலிருந்து பிரிக்கப்பட்டு, இலங்கை அரசுக்கு, இந்திய அரசியல் சட்டத்தின் பிரிவு 3 அல்லது பிரிவு 368இன் கீழ் இயற்றப்பட்ட சட்டத்தின்படிக் கொடுக்கப்பட்டதல்ல என்றும் ரிட் பிரகடனம் (Writ Declaration) செய்யவேண்டும்.

துல்லியமான தகவல்களுடனும் தெளிவான கோரிக்கைகளுடனும் தாக்கல் செய்யப்பட்ட இந்த மனுவின் மீது பெரிய அளவில் முன்னேற்றம் ஏற்படவில்லை. அதன்பிறகு சுமார் பன்னிரண்டு ஆண்டுகள் கழித்து, அதாவது 2008 ஆம் ஆண்டு கச்சத்தீவை முன்வைத்து வழக்கு தொடர்ந்தார் அதிமுக பொதுச்செயலாளர் ஜெயலலிதா. முன்னர் போடப்பட்ட இரண்டு வழக்குகளும் சென்னை உயர்நீதிமன்றத்தில் போடப்பட்டவை. ஆனால் ஜெயலலிதா அணுகியது இந்திய உச்சநீதிமன்றத்தை.

7 ஆகஸ்டு 2008 அன்று இந்திய உச்சநீதிமன்றத்தில் பொதுநல வழக்கு ஒன்றைத் தொடுத்தார் அதிமுக பொதுச்செயலாளரும் எதிர்க்கட்சித் தலைவருமான ஜெயலலிதா. அந்த வழக்கின் அவர் முன்வைத்த கோரிக்கையின் சாரம் இதுதான்.

‘கச்சத்தீவு தொடர்பாக 1974ம் ஆண்டு ஜூன் 26 மற்றும் 1976 ஆம் ஆண்டுகளில் இந்திய, இலங்கை அரசுகளுக்கு இடையே ஏற்பட்ட ஒப்பந்தங்களை சட்ட விரோதமானவை என்று அறிவிக்க வேண்டும். அவை இரண்டும் செல்லாதவை என்றும் அறிவிக்க வேண்டும். இந்த ஒப்பந்தங்கள் ஏற்படுவதற்கு முன்பு இரு நாடுகளையும் சேர்ந்த மீனவர்கள் கச்சத்தீவில் மீன்பிடித்து வந்தனர். அந்தத் தீவை தங்களது வாழியல் இடமாக இருநாட்டு மீனவர்களும் பயன்படுத்தி வந்தனர். ஆனால் தற்போது அந்தத் தீவை தங்களது நாட்டுக்குச் சொந்தமானது என்று இலங்கை கூறி வருகிறது. ஆனால் பூகோளப்படியும், வரலாற்று ரீதியிலும் கச்சத்தீவு இந்தியாவுக்குச் சொந்தமானது. எனவே கச்சத்தீவை மீட்கும் நடவடிக்கைகளை மேற்கொள்ள மத்திய அரசுக்கும், தமிழக அரசுக்கும் தேவையான உத்தரவுகளைப் பிறப்பிக்க வேண்டும். கச்சத்தீவை இந்தியாவின் ஒரு அங்கமாக ஆக்கவேண்டும்’

1960 ஆம் ஆண்டில் மேற்குவங்க மாநிலத்துக்குச் சொந்தமான ஒரு பகுதியை பாகிஸ்தானுக்கு மத்திய அரசு தாரைவார்த்துக் கொடுக்க முயற்சிசெய்தது. அது தொடர்பாக உச்சநீதிமன்றத்தில் வழக்கு தொடரப்பட்டது. அந்த வழக்கின் இறுதியில், ‘இந்தியாவின் ஒருபகுதியை வேறொரு நாட்டுக்குக் கொடுக்கவேண்டும் என்றால் அதற்கு இந்திய நாடாளுமன்றத்தில் இரண்டு அவைகளின் ஒப்புதலையும் பெற்றிருக்க வேண்டும்’ என்று தீர்ப்பளித்தார் நீதிபதி.

அந்தத் தீர்ப்பைத் தன்னுடைய மனுவில் மேற்கோள் காட்டியிருந் தார் ஜெயலலிதா. 2008 ஆம் ஆண்டு போடப்பட்ட அந்த வழக்கு 5 ஜனவரி 2009 அன்று முதன்முறையாக விசாரணைக்கு எடுத்துக்கொள்ளப்பட்டது. அன்றைய தினமே மறுதேதிக்கு விசாரணை தள்ளிவைக்கப்பட்டது.

பின்னர் 20 மார்ச் 2009, 6 மே 2009, 24 ஜூலை 2009, 31 ஆகஸ்டு 2009, 19 அக்டோபர் 2009, 3 மே 2010 ஆகிய தேதிகளில் எல்லாம் கச்சத்தீவு வழக்கு விசாரணைக்கு எடுத்துக்கொள்ளப்பட்டது. ஆனால் அன்றைய தினங்களில் எவ்வித விசாரணைகளும் நடைபெறவில்லை.மாறாக, மத்திய அரசு தன் தரப்பு ஆவணங்களைத் தாக்கல் செய்வதற்கு கால அவகாசம் வாங்கிக்கொண்டே இருந்தது. நீதிமன்றமும் அவகாசம் தந்து கொண்டே இருந்தது.

வழக்கு தொடரப்பட்ட பிறகும்கூட தமிழக மீனவர்கள் மீதான தாக்குதல்கள் நிற்கவில்லை. 22 ஜனவரி 2011 அன்று பிரதமர் மன்மோகன் சிங்கை மதிமுக பொதுச்செயலாளர் வைகோ

சந்தித்துப் பேசினார். அப்போது இருவருக்கும் நடந்த உரையாடல், தமிழக மீனவர்கள் கொல்லப்படும் விவகாரத்தை மத்திய அரசு எப்படி அணுகுகிறது என்பதற்குப் பொருத்தமான சாட்சியம்.

வைகோ: இப்போது, தமிழக மீனவர்களை, இலங்கைக் கடற்படை வந்து சுடுவதும் கொல்வதும் அன்றாட நிகழ்ச்சியாகி விட்டது.

பிரதமர்: தமிழக மீனவர்களும் எல்லைதாண்டிச் சென்று விடுகிறார்களே..

வைகோ: குஜராத் மீனவர்களும் எல்லை தாண்டி பாகிஸ்தான் கடல் எல்லைக்கு உள்ளே சென்று விடுகிறார்கள்.

பிரதமர்: அவர்களையும்தான் கைது செய்கிறார்கள்.

வைகோ: ஆமாம். ஆனால், ஒருமுறையாவது குஜராத் மீனவர்களை பாகிஸ்தான் கடற்படை அடித்தது உண்டா? தாக்கியது உண்டா? துப்பாக்கிச் சூடு நடத்தியது உண்டா? ஒரு உயிரையாவது பறித்தது உண்டா? கிடையாது. ஆனால், 1980 முதல் இதுவரை ஆயிரம் தடவைகளுக்கும் மேல் தமிழக மீனவர்களை இலங்கைக் கடற்படை தாக்கி இருக்கிறது. 500 பேர்கள் வரையிலும் கொன்றுவிட்டனர். இந்தியக் கடற்படையோ, கடலோரக் காவல்படையோ, இலங்கைக் கடற்படையின் தாக்குதலைத் தடுக்கவோ, தமிழக மீனவர்களைக் காப்பாற்றவோ, ஒருமுறையேனும் முயற்சித்தது உண்டா? கிடையாது. எனவே, தமிழக இளைஞர்கள் உள்ளத்தில், நாம் இந்தியாவின் குடிமக்கள்தானா? என்ற சந்தேகம் எழுகிறது. இந்தியக் கடற்படை, நமது கடற்படையா? என்ற எண்ணமும் எழுகிறது. நீங்கள் இலங்கை அரசுக்கு எச்சரிக்கை செய்ய வேண்டும். இனி, தமிழக மீனவர்களைத் தாக்குவதை நிறுத்த வேண்டும்.

பிரதமர்: இதை ஒரு கடுமையான பிரச்சினையாகக் கருதி, நாங்கள் இலங்கை அரசோடு பேசுவோம்.

•

2011 ஆம் ஆண்டு அதிமுக ஆட்சிக்கு வந்ததும் கச்சத்தீவு தொடர்பாகத் தான் தொடர்ந்த வழக்கு தொடர்பாக தமிழ்நாடு சட்டமன்றத்தில் தீர்மானம் ஒன்றைக் கொண்டுவந்து நிறைவேற்றினார் முதலமைச்சர் ஜெயலலிதா.

9 ஜூன் 2011 அன்று நிறைவேற்றப்பட்ட அந்தத் தீர்மானத்தில், 'கச்சத்தீவு குறித்து அனைத்து ஆவணங்களையும் தன்வசம் வைத்துள்ள தமிழ்நாடு அரசின் வருவாய்த்துறை, கச்சத்தீவு வழக்கில் தன்னை ஒரு வாதியாகச் சேர்த்துக்கொள்ளும்படி உச்சநீதிமன்றத்தில் மனுத்தாக்கல் செய்ய வேண்டும்' என்று கேட்டுக்கொள்ளப்பட்டது. அதன்படியே, வழக்கில் தன்னையும் ஒரு வாதியாக இணைத்துக்கொண்டது தமிழ்நாடு வருவாய்த்துறை. பின்னர் 18 செப்டெம்பர் 2012 அன்று முதலமைச்சர் ஜெயலலிதாவின் சார்பில் மூத்த வழக்கறிஞர் எஸ்.ஜி. குமார் உச்சநீதிமன்றத்தில் மனு ஒன்றைத் தாக்கல் செய்தார். அந்த மனுவில், தமிழகத்துக்குச் சொந்தமான கச்சத்தீவை மீண்டும் எங்களிடமே ஒப்படைக்க உச்சநீதிமன்றம் உத்தரவு பிறப்பிக்க வேண்டும். அதற்கு உதவும் வகையில் கச்சத்தீவு வழக்கை உடனடியாக விசாரணைக்கு எடுத்துக்கொள்ளவேண்டும் என்று கோரப்பட்டிருந்தது.

இந்நிலையில், கச்சத்தீவை முன் வைத்து திமுகவும் உச்ச நீதிமன்றத்தை அணுகி உள்ளது. 10 மே 2013 அன்று திமுக தலைவர் கருணாநிதி சார்பில் உச்ச நீதிமன்றத்தில் தாக்கல் செய்யப்பட்ட மனுவில், 'கச்சத்தீவை இலங்கைக்கு கொடுக்க கடந்த 1974ல் செய்யப்பட்ட ஒப்பந்தம் சட்ட விரோதமானது. கச்சத்தீவை பிரித்து கொடுத்தது செல்லாது. கச்சத்தீவை இந்தியாவின் ஒரு பகுதி என அறிவிக்க வேண்டும். கச்சத்தீவை மீட்க மத்திய அரசுக்கு உச்ச நீதிமன்றம் உத்தரவிட வேண்டும். கச்சத்தீவு மற்றும் அதனை சுற்றியுள்ள பகுதிகளில் மீன் பிடிப்பது தமிழக மீனவர்களின் பாரம்பரிய உரிமை என அறிவிப்பது மட்டுமன்றி, அங்கு மீன் பிடிக்கும் தமிழக மீனவர்களுக்கு கடற்படை பாதுகாப்பு அளிக்க வேண்டும். இலங்கை கடற்படையினரின் திட்டமிட்ட தாக்குதலில் உயிரிழந்த மீனவர்களுக்கு வெளியுறவுத்துறை இழப்பீடு வழங்க உத்தரவிடவேண்டும்' என்று கோரியுள்ளார்.

ஒருபக்கம், உச்சநீதிமன்றத்தில் கச்சத்தீவு தொடர்பான வழக்குகள் தொடர்ந்து நடந்துகொண்டிருக்கின்றன. இன்னொரு பக்கம், தமிழக மீனவர்களைக் கடத்திச் செல்லும் காரியமும் நடந்து கொண்டிருக்கிறது. எனில், தமிழக மீனவர்களின் பிரச்னைகளுக்கு என்னதான் தீர்வு?

15

என்னதான் தீர்வு?

கச்சத்தீவு விவகாரம் என்பது உலக அளவில் புத்தம் புதிய பிரச்னை என்றோ, முன்மாதிரி எதுவும் இல்லாத பிரச்னை என்றோ சொல்ல முடியாது. உலகம் தழுவிய அளவில் பல நாடுகளில் சின்னஞ் சிறு தீவுகளை அல்லது பகுதிகளை முன்வைத்து பல பிரச்னைகள் உருவாகியிருக்கின்றன. பல பிரச்னைகள் தீர்க்கப்பட்டுள்ளன. சில பிரச்னைகள் இன்னமும் நிலுவையில் இருக்கின்றன. ஆகவே, கச்சத்தீவு விவகாரத்துக்கான தீர்வு குறித்து விவாதிப்பதற்கு முன்னால் உலக நாடுகள் இம்மாதிரியான பிரச்னைகளை எப்படி அணுகியுள்ளன, எப்படித் தீர்த்துள்ளன என்பதற்கு ஓரிரு உதாரணங்களைப் பார்த்துவிடலாம்

இந்தியா, இலங்கை இடையே கச்சத்தீவு எப்படி பிரச்னைக்குரிய தீவாக இருக்கிறதோ அப்படித்தான் ஸ்பெயின், நெதர்லாந்து என்ற இரண்டு நாடுகளுக்கு இடையே பால்மஸ் தீவு ஒரு பிரச்னையாகக் கருதப்பட்டது. அதேபோல, டென்மார்க் மற்றும் நார்வே நாடுகளுக்கு இடையே கிழக்கு க்ரீன்லாந்து பகுதி தொடர்பாக மோதல்கள் ஏற்பட்டன. பெரிய நாடுகளான இங்கிலாந்துக்கும் பிரான்சுக்கும் இடையே மின்கொயர்ஸ் அண்ட் எக்ரிகாஸ் தீவுப்பாறைகளை முன்வைத்து ஒரு யுத்தமே நடந்தது.

சரி, அந்தப் பிரச்னைகள் எப்படித் தீர்க்கப்பட்டன?

இங்கிலாந்துக்கும் பிரான்சுக்கும் இடையிலான மின்கொயர்ஸ் அண்ட் எக்ரிகாஸ் தீவு தொடர்பான வழக்கு 1953 ஆம் ஆண்டு சர்வதேச நீதிமன்றத்துக்கு வந்தது. அப்போது இங்கிலாந்து அரசு சம்பந்தப்பட்ட தீவுப்பகுதிகள் தங்களுக்குச் சொந்தம் என்பதற்கான பல ஆவணங்களைக் காட்டி வாதாடியது. அவற்றை ஆய்வு செய்து பார்த்தபோது ஓரிரு ஆவணங்களில் மட்டுமே அந்தத் தீவுகள் இங்கிலாந்துக்குச் சொந்தம் என்று கூறின. இதர ஆவணங்களில் அப்படியான குறிப்புகள் எதுவும் தென்படவில்லை.

ஆனால் பிரான்ஸ் தரப்போ அந்தத் தீவுகள் பிரான்சின் கடற்கரை ஓரத்தில் இருப்பதால் அவை தங்களுக்கே சொந்தம் என்று வாதாடியது. இறுதியாக, சர்வதேச நீதிமன்றம் அந்தத் தீவுகள் இங்கிலாந்துக்கே சொந்தம் என்று தீர்ப்பு கூறியது. அப்போது தீர்ப்பில் இடம்பெற்ற ஒரு வாசகம் கவனிக்கத்தக்கது.

'சர்வதேச சட்டத்தின்படி ஒரு நாட்டுக்குச் சொந்தமான பகுதியைப் பற்றிய குறிப்புகள் அந்த நாட்டைப் பற்றிய அனைத்து ஆவணங்களிலும் இடம்பெற்றே தீரவேண்டும் என்ற கட்டாயம் ஏதுமில்லை. முக்கியத்துவம் குறைவான பகுதியாக அந்தத் தீவுகள் இருப்பதால் அவை பற்றிய குறிப்புகள் பல ஆவணங்களில் இடம்பெறவில்லை. ஆகவே, அந்தத் தீவுகள் இங்கிலாந்துக்கே சொந்தம்'

கச்சத்தீவு விஷயத்தில் நிலைமையே வேறு. இந்தியா வசம் இருக்கும் ஏராளமான ஆவணங்களில் கச்சத்தீவு இந்தியாவுக்குச் சொந்தம் என்பதற்கான ஆதாரங்கள் இருக்கின்றன. மாறாக, கச்சத்தீவு இலங்கைக்கே சொந்தம் என்பதற்கு நேர்மையான ஒரு ஆதாரம்கூட இல்லை.

அதேபோல, கிளிப்பர்ட்டன் தீவு என்ற பகுதியை முன்வைத்து பிரான்சும் மெக்சிகோவும் கடுமையாக மோதிக்கொண்டிருந்தன.

இந்த விவகாரம் சர்வதேச நீதிமன்றத்துக்கு வந்தபோது, அந்தத் தீவு எங்களுக்குச் சொந்தமானது என்று வாதாடியது பிரான்ஸ். ஆனால் மெக்சிகோவோ, 'பிரான்ஸ் நாட்டின் ஒரு அதிகாரிகூட சம்பந்தப்பட்ட பகுதிக்கு வருவது கிடையாது; பிரான்சில் இருந்து சாதாரண மக்கள்கூட வருவதில்லை. ஆகவே, அந்தத் தீவு எங்களுக்கே சொந்தம்' என்று வாதாடியது. இறுதியில், கிளிப்பர்ட்டன் தீவு பிரான்சுக்கே சொந்தம் என்று சர்வதேச நீதிமன்றம் தீர்ப்பளித்தது.

அந்தத் தீர்ப்பின்போது, நீதிபதி குறிப்பிட்ட வாசகம் முக்கியமானது. ஒரு நாட்டுக்குச் சொந்தமான பகுதிக்கு அடிக்கடி சென்று மேற்பார்வை பார்க்க வேண்டிய அவசியம் இல்லாத காரணத்தால் அதிகாரிகள் சென்றிருக்க மாட்டார்கள். அதற்காக அதையே காரணமாக வைத்து அந்தப் பகுதி சம்பந்தப்பட்ட நாட்டுக்குச் சொந்தமானது அல்ல என்று சொல்லமுடியாது. அந்த வகையில் கிளிப்பர்ட்டன் தீவு பிரான்சுக்கே சொந்தம் என்று தீர்ப்பளிக்கப்பட்டது.

இதே அடிப்படையில் கச்சத்தீவைப் பார்த்தால், கச்சத்தீவில் இந்திய அரசின் நிர்வாகம் செயல்பட்டது; தமிழ்நாட்டில் இருந்து பொதுமக்கள் அடிக்கடி கச்சத்தீவுக்குச் சென்றுவந்துள்ளனர். மீனவர்கள் முதல் வணிகர்கள் வரை பலரும் இந்தியாவில் இருந்து கச்சத்தீவுக்குச் சென்று வருபவர்களே. ஆக, இந்த அளவுகோலின்படி பார்த்தாலும் கச்சத்தீவு இந்தியாவுக்குச் சொந்தமானதுதான்.

●

கச்சத்தீவை மீட்டெடுப்பது மட்டுமே ஆகச்சிறந்த தீர்வு என்பது கடந்த கால் நூற்றாண்டு காலத்துக்கும் மேலாகச் சொல்லப்பட்டுவருகின்ற விஷயம். ஆனால் கடந்த காலங்களில் எழுப்பப்பட்ட கோரிக்கைகள், எழுதப்பட்ட கடிதங்கள், நடத்தப்பட்ட போராட்டங்கள் என்று எந்த ஒன்றுமே பலன் கொடுக்காத நிலையில் தமிழக மீனவர்களின் பிரச்னைகளைத் தீர்ப்பதற்கு அரசியல் வல்லுநர்கள் வேறு சில தீர்வுகளையும் முன்வைக்கின்றனர். என்றாலும், கச்சத்தீவு மீட்பு உள்ளிட்ட அனைத்து தீர்வுகளைப் பற்றியும் ஒவ்வொன்றாகப் பார்த்துவிடலாம்.

கச்சத்தீவைத் திரும்பப்பெறுதல்

கச்சத்தீவைத் திரும்பப்பெற்றுவிட்டால் தமிழக மீனவர்கள் கச்சத்தீவு மற்றும் அதைச் சுற்றியுள்ள பகுதிகளில் உரிமையுடனும் சுதந்தரத்துடனும் மீன்பிடிப்பார்கள். அந்தப் பகுதிக்குள் இலங்கை

கடற்படையினர் அத்துமீறி நுழைந்து, தமிழக மீனவர்கள் மீது தாக்குதல் நடத்தமாட்டார்கள் என்பது பொதுவான கணிப்பு. ஆனால் கச்சத்தீவை இந்திய அரசு திரும்பப்பெறுமா? என்பது முக்கியமான கேள்வி.

சர்வதேச ஒப்பந்தங்களுக்கென்று தனியான அந்தஸ்தும் கௌரவமும் இருக்கின்றன. அரசுகள் மாறினாலும், ஆட்சியாளர்கள் மாறினாலும் அந்த ஒப்பந்தத்தை சம்பந்தப்பட்ட நாடுகள் பின்பற்றியே தீரவேண்டும். மாறாக, ஒப்பந்தத்தைத் திரும்பப்பெறுவது அல்லது ரத்துசெய்வது சம்பந்தப்பட்ட நாட்டின் மீது சர்வதேச அளவில் களங்கத்தை ஏற்படுத்தும். நம்பகத்தன்மையைக் குலைக்கும். தவிரவும், நாம் இலங்கையுடன் மட்டுமல்ல, அண்டை நாடுகள் பலவற்றுடனும் பல்வேறு விதமான ஒப்பந்தங்களையும் போட்டுள்ளோம். கச்சத்தீவு விவகாரத்துக்காக இலங்கையுடனான ஒப்பந்தத்தை ரத்து செய்யும் பட்சத்தில், அது மற்ற ஒப்பந்தங்களையும் எதிர்காலத்தில் பாதிக்கக்கூடும். மற்ற நாடுகள் அந்த ஒப்பந்தத்தில் மாற்றம் செய்யவிரும்பலாம் அல்லது ரத்துசெய்ய முயற்சிக்கலாம். இது தேவையற்ற சிக்கல்களை உருவாக்கும். ஆகவே, இந்த விஷயத்தில் இந்தியா அதிகபட்ச கவனத்தை செலுத்தும் என்கிறது மத்திய அரசு.

இது அளவுக்கு மீறிய கற்பனை என்றபோதும் சட்ட நிபுணர்கள் இன்னொரு சாத்தியத்தை முன்வைக்கின்றனர். இந்தியாவின் ஒருபகுதியை இன்னொரு நாட்டுக்குக் கொடுப்பதற்கு உண்டான இந்திய அரசியல் சட்ட நடைமுறைகள் எதுவும் கச்சத்தீவு தாரை வார்ப்பு விவகாரத்தில் பின்பற்றப்படவில்லை. குறிப்பாக, இந்திய அரசின் இத்தகைய முடிவுக்கு நாடாளுமன்றத்தின் இரு அவைகளுடைய ஒப்புதலையும் பெறவில்லை. அந்த அடிப்படையில், 1974 ஒப்பந்தமே செல்லாது. அதை பகிரங்கமாக அறிவிப்பதன் மூலம் கச்சத்தீவு மீண்டும் இந்தியாவின் வசமே வந்துவிடும். அதன்பிறகு தமிழக மீனவர்களின் பிரச்னைகள் எளிதில் தீர்க்கப்பட்டுவிடும் என்கிறார்கள் நிபுணர்கள்.

அப்படியான அறிவிப்பு வெளியாவதற்குச் சாத்தியமில்லை என்றே தெரிகிறது. ஏனென்றால், 'வெறுமனே சாட்சிகளின் அடிப்படையிலோ அல்லது கோரிக்கையின் அடிப்படையிலோ கச்சத்தீவு இலங்கைக்குத் தரப்படவில்லை; நிறைய அரசியல் காரணங்கள் அதன் பின்னால் அணிவகுக்கின்றன' என்று கச்சத்தீவு தாரைவார்க்கப்பட்ட சமயத்திலேயே பிரதமர் இந்திரா காந்தி கூறியிருந்தார். ஆகவே, அவர் சொன்ன அரசியல்

காரணங்களைப் புறக்கணித்துவிட்டு, கச்சத்தீவை மீட்பதற்கு இந்திய அரசு நடவடிக்கை எடுக்கும் என்று தோன்றவில்லை.

கச்சத்தீவை மீட்பதற்கு வேறு இரண்டு வழிகள் இருக்கின்றன. ஒன்று, அடக்குமுறை. இன்னொன்று, அன்புமுறை.

இந்தியாவுக்கும் இலங்கைக்கும் இடையே மிகப்பெரிய கருத்து வேறுபாடுகள் ஏற்பட்டு, இரு நாடுகளுக்கும் இடையே போர் மூளும் பட்சத்தில் அதை வைத்து கச்சத்தீவை ஆக்கிரமிப்பு செய்யலாம். இது அடக்குமுறை உத்தி. இலங்கை எங்கள் நண்பன், ஸ்ரீலங்கா எங்கள் சிநேகிதன் என்று இலங்கையை வார்த்தைக்கு வார்த்தை வர்ணித்துக் கொண்டிருக்கும் இந்திய அரசு, இலங்கையின் மீது போர் தொடுப்பது என்பதெல்லாம் இப்போதைக்கு சாத்தியமில்லாத விஷயம்.

அடுத்தது, அன்புமுறை. கச்சத்தீவு இலங்கைக்குத் தாரைவார்த்துக் கொடுக்கப்படுவதற்கு முன்பு இந்தியாவுக்கு புவிசார் அரசியல் ரீதியாக சில நெருக்கடிகள் இருந்தன. அவற்றைச் சமாளிக்க இலங்கை உதவ வேண்டும் என்பதற்காகவே கச்சத்தீவை இலங்கைக்குக் கொடுத்தார் இந்திரா காந்தி. அவற்றைப் பற்றியெல்லாம் இந்தப்புத்தகத்தில் விரிவாகவே பேசியிருக்கிறோம். அதைப்போலவே, இலங்கைக்கு மிகப் பெரிய உள்நாட்டு நெருக்கடி (உதாரணம்: ஈழப் போராட்டம்) அல்லது புவிசார் அரசியல் நெருக்கடி (ஆக்கிரமிப்பு, பொருளாதாரத் தடை, போர்) உருவாகும் பட்சத்தில், அதைச் சமாளிப்பதற்கு இந்தியா உதவிசெய்து, அதற்கான அன்புப்பரிசாகக் கச்சத்தீவைத் திரும்பப் பெற்றுக் கொள்ளலாம். இது அன்புமுறை. இந்த முறையில் கச்சத்தீவு திரும்பப்பெறப்படும் பட்சத்தில் தமிழக மீனவர்களின் எதிர்காலம் காப்பாற்றப்படுவது உறுதி. அப்படியொரு நெருக்கடி இலங்கை அரசுக்கு வருமா? என்பதுதான் மிகப்பெரிய கேள்வி.

கச்சத்தீவைக் குத்தகைக்கு எடுத்தல்

கச்சத்தீவை இலங்கைக்குக் கொடுத்துவிட்ட நிலையில் அதை நம்பி வாழ்ந்துவருகின்ற தமிழக மீனவர்களின் நல்வாழ்வுக்காக அந்தத் தீவை நம்முடைய மீனவர்கள் பயன்படுத்துவதற்கு உரிய வாய்ப்புகளை உருவாக்கித் தரவேண்டியது இந்திய அரசின் கடமை. அந்த வகையில் கச்சத்தீவையும் அதைச் சுற்றியுள்ள பகுதிகளையும் இலங்கை அரசிடம் இருந்து இந்திய அரசு நீண்டகாலக் குத்தகைக்கு எடுக்கவேண்டும்.

அப்படிச் செய்வதன்மூலம் கச்சத்தீவைச் சுற்றியுள்ள பகுதிகளில் தமிழக மீனவர்கள் மீன்பிடிப்பதற்கான உரிமைகள் நிலைநாட்டப்படும். அதன்மூலம் தமிழக மீனவர்களுக்கு தொழில் வாய்ப்பும் கிடைக்கும். இலங்கை கடற்படையின் அத்துமீறல்களும் தடுத்து நிறுத்தப்படும்.

நீண்டகாலக் குத்தகை என்பது நடைமுறையில் இல்லாத புதிய விஷயமில்லை. ஏற்கெனவே மேற்கு வங்கப் பகுதியில் இருக்கும் தீன் பிகா என்ற பகுதியைப் பயன்படுத்துவது தொடர்பாக இந்தியாவுக்கும் வங்கதேசத்துக்கும் இடையே ஒரு ஒப்பந்தம் அமலில் இருக்கிறது. அந்த ஒப்பந்தத்தின்படி தீன் பிகாவின் மீது இந்தியாவுக்கு இறையாண்மை உரிமை உண்டு. ஆனால் அந்தப் பகுதி வங்கதேசத்துக்கு நீண்டகாலக் குத்தகையாகத் தரப்பட்டுள்ளது. ஆகவே, தீன் பிகாவை அடிப்படையாக வைத்து கச்சத்தீவை நீண்டகாலக் குத்தகைக்கு எடுக்கலாம்.

அனுமதி பெற்று மீன்பிடித்தல்

கச்சத்தீவு இப்போது இருப்பது போலவே இலங்கைக்குச் சொந்தமான பகுதியாகவே இருக்கட்டும். ஆனால் அந்தப் பகுதியில் தமிழக மீனவர்கள் மீன்பிடித்துக் கொள்வதற்கான உரிமையை இலங்கை அரசிடம் இருந்து அதிகாரப்பூர்வமாகப் பெற்றுத்தர மத்திய அரசு தேவையான சட்ட ரீதியான நடவடிக்கைகளை எடுக்கவேண்டும்.

இந்த விவகாரத்தில் தமிழக மீனவர்கள் மீது ஒரு குற்றச்சாட்டு முன்வைக்கப்படுகிறது. அது, தமிழக மீனவர்களின் மீன்பிடி முறை தொடர்பானது.

தமிழக மீனவர்கள் சாதாரண வலைகளுக்குப் பதிலாக டிராலர்கள் எனப்படும் மடிவலைகளைப் பயன்படுத்துவர். அதன்மூலம் மீன்கள் அதிக அளவில் அள்ளப்பட்டன. விளைவு, அந்தப் பகுதிகளில் மீன்வளம் குறையத் தொடங்கியது. தவிரவும், மடிவலைகள் வெறும் மீன்களை மட்டும் அள்ளுவதில்லை; சின்னஞ்சிறு மீன் குஞ்சுகளையும் அள்ளி விடுகின்றன. முக்கியமாக, லார்வாக்கள், முட்டைகள் ஆகியவற்றையும் அள்ளிவிடுகின்றன.

இதன் காரணமாக மீன்கள் உற்பத்தி பெருமளவில் தடுக்கப்பட்டது. இதனால் தமிழகப் பகுதிகளில் மீன் கிடைப்பது குறைந்தது. ஆகவே, இலங்கைக் கடற்பகுதிக்குள் சென்று மீன்பிடிக்க வேண்டிய நிர்ப்பந்தம் தமிழக மீனவர்களுக்கு ஏற்படுகிறது என்ற ஒரு கருத்தும் முன்வைக்கப்படுகிறது.

இந்தக் கருத்துக்கு உள்ளே இன்னொரு செய்தி பொதிந்திருக்கிறது. அதாவது, கச்சத்தீவு பகுதியில் தமிழக மீனவர்களை மீன்பிடிக்க அனுமதித்தால் அவர்கள் டிராலர் படகுகளைக் கொண்டு மீன்பிடித்து, அந்தப் பகுதியின் மீன்வளத்தைக் குறைத்துவிடுவார்கள் என்பதுதான் அந்த உட்கருத்து.

இது சுலபத்தில் தீர்க்கமுடிந்த பிரச்னை என்றே தோன்றுகிறது. டிராலர் படகுகளைப் பயன்படுத்தினால் வரக்கூடிய பிரச்னைகளை எடுத்துச் சொன்னால் அவற்றை நிச்சயம் தமிழக மீனவர்கள் ஏற்றுக்கொள்வார்கள். ஒருவேளை, யாரேனும் மீறி நடந்தால் அவர்களுக்கான அனுமதியை ரத்துசெய்துவிடலாம். ஆகவே, டிராலர் படகு பெரிய பிரச்னையாக உருவெடுக்காது.

இம்மாதிரியான சிக்கல்களைத் தவிர்த்து, கச்சத்தீவு மற்றும் அதைச் சுற்றியுள்ள பகுதிகளில் யாரையெல்லாம் மீன்பிடிக்க அனுமதிப்பது, எந்த முறைகளில் மீன்பிடிக்க அனுமதிப்பது, எந்த எல்லை வரைக்கும் அவர்களை மீன்பிடிக்க அனுமதிப்பது, எப்போதெல்லாம் மீன்பிடிக்க அனுமதிப்பது, எந்த அளவுக்கு மீன்பிடிக்க அனுமதிப்பது என்பது குறித்து இந்திய, இலங்கை அரசுகள் அதிகாரிகள் மற்றும் நிபுணர்கள் உதவியுடன் பரஸ்பரம் பேசி, விவாதித்து, ஒரு தீர்க்கமான முடிவுக்கு வரவேண்டும். அந்த முடிவை அடிப்படையாக வைத்து புதிய ஒப்பந்தம் ஒன்றைப் போட்டுக்கொள்ளலாம். அப்படிச் செய்வதன்மூலம் கச்சத்தீவு விவகாரத்தில் ஒரு தீர்வு ஏற்படும்.

மேலே குறிப்பிடப்பட்டுள்ள எந்தத் தீர்வாக இருந்தாலும் சரி, அது நடைமுறைக்கு வரவேண்டும் என்றால் அதற்கு இந்திய அரசு முழுமனத்துடன் முயற்சிகள் எடுக்கவேண்டும். அந்த முயற்சிகளைக் கொண்டு துணிச்சலாக முடிவெடுக்கவேண்டும். அந்த முடிவை விரைவாகச் செயல்படுத்தவேண்டும். இந்த மூன்றும் எப்படிச் சாத்தியம் என்று கேட்பவர்களுக்கு ஒரேயொரு உதாரணத்தைச் சொல்லவேண்டும்.

2012 பிப்ரவரி மாதம் அரபிக்கடலில் மீன்பிடித்துக் கொண்டிருந்த கேரள மீனவர்கள் இரண்டு பேரை இத்தாலியைச் சேர்ந்த என்ட்ரிகாலெக்ஸி என்ற சரக்குக் கப்பலின் பாதுகாவலர்கள் சுட்டுக்கொன்றனர். கேரள காவல் துறையினர் வழக்குப்பதிவு செய்து, இத்தாலியக் கப்பலில் பாதுகாப்பு பணியில் ஈடுபட்டிருந்த கடற்படை வீரர்கள் மஸ்ஸி மிலியானோ லதோர், சல்வதோர் கிரோன் ஆகியோரைக் கைதுசெய்தனர். அவர்கள் மீது கொலைவழக்கு பதிவுசெய்யப்பட்டு, கேரள நீதிமன்றத்தில் வழக்கு விசாரணை நடத்தப்பட்டது.

ஆர். முத்துக்குமார்

சிறையில் அடைக்கப்பட்டு இருந்த அவர்கள் இருவரும் கிறிஸ்துமஸ், புத்தாண்டு கொண்டாடுவதற்காக பிணையில் செல்ல அனுமதி கோரினர். இந்தியாவில் உள்ள இத்தாலியத் தூதரகம் அளித்த உத்தரவாதத்தின் பேரில் இருவருக்கும் சொந்த ஊர் செல்ல கேரள உயர்நீதிமன்றம் அனுமதி வழங்கியது. அதன்பின் அவர்கள் கேரளா திரும்பினார்கள்.

பின்னர் இத்தாலி அதிபர் தேர்தலில் வாக்களிப்பதற்காக இத்தாலியத் தூதரகத்தின் பரிந்துரையுடன் சம்பந்தப்பட்ட இரண்டு வீரர்களும் ஒரு மாதம் பிணையில் இத்தாலி சென்றுவர உச்சநீதிமன்றம் அனுமதி வழங்கியது. பிணை முடிந்த நிலையில் இருவரையும் இத்தாலி அரசு இந்தியாவிடம் ஒப்படைக்கவில்லை. ஒப்படைக்கவும் முடியாது என்று சொல்லிவிட்டது இத்தாலி அரசு.

உடனடியாக கேரளாவைச் சேர்ந்த காங்கிரஸ் மற்றும் கம்யூனிஸ்ட் கட்சிகளின் நாடாளுமன்ற உறுப்பினர்கள் பிரதமர் மன்மோகன் சிங்கைச் சந்தித்து இத்தாலியின் செயல் குறித்து புகார் செய்ததோடு, அந்த வீரர்களை உடனடியாக இந்தியா கொண்டுவர உரிய நடவடிக்கைகளை எடுக்கவேண்டும் என்று வலியுறுத்தினர்.

அதனைத் தொடர்ந்து கருத்து தெரிவித்த பிரதமர் மன்மோகன் சிங், 'இத்தாலியின் செயல் ஏற்கத்தக்கதல்ல, ஏமாற்றம் அளிக்கிறது. இந்திய வெளியுறவுத் துறை அமைச்சர் சல்மான் குர்ஷித்துடன் ஆலோசித்து உரிய நடவடிக்கை எடுக்கப்படும்' என்றார். இத்தாலி அரசு துரோகம் இழைத்து விட்டது என்று குற்றஞ்சாட்டினார் காங்கிரஸ் தலைவர் சோனியா காந்தி. இவர் இத்தாலியைப் பூர்விகமாகக் கொண்டவர் என்பது எல்லோருக்கும் தெரிந்த ஒன்றுதான்.

டெல்லியில் உள்ள இத்தாலி நாட்டு தூதர் டேனியல் மான் சினியை மத்திய வெளியுறவுத்துறை செயலாளர் ரஞ்சன் மத்தாய் நேரில் வரவழைத்து இந்தியாவின் அதிருப்தியைத் தெரிவித்தார். மேலும், இரண்டு வீரர்களையும் ஒப்படைக்கும் விஷயத்தில் இத்தாலியின் பதில் சாதகமாக இல்லை என்றால் தூதரக உறவுகளை முறித்துக்கொள்ளவும் இந்திய அரசு தயாரானது. முதல் கட்டமாக டெல்லியில் உள்ள இத்தாலி நாட்டுத் தூதர் திருப்பி அனுப்பப்படுவார். அடுத்து, இத்தாலியின் ரோம் நகரில் உள்ள இந்திய தூதர் திரும்ப அழைக்கப்படுவார் என்றெல்லாம் பேசப்பட்டது.

இத்தாலிய வீரர்கள் இருவருக்குக்கும் உத்தரவாதம் அளித்த இத்தாலி தூதர் வெளிநாடு செல்வதற்கு அதிரடியாக தடை விதித்தது உச்சநீதிமன்றம். அதனைத் தொடர்ந்து இத்தாலி அரசு பணிந்தது.

இரண்டு வீரர்களையும் இந்தியாவுக்குத் திருப்பி அனுப்பிவைக்க முடிவு செய்தது.

இரண்டு கேரள மீனவர்களின் உயிருக்காக இத்தாலியுடன் உறவை முறித்துக்கொள்ளும் அளவுக்கு ஆவேசத்துடன் களமிறங்கியது இந்திய அரசு. இப்படிப்பட்ட அணுகுமுறையைத்தான் இந்திய அரசு தமிழக மீனவர்கள் விவகாரத்தில் பின்பற்றவேண்டும். அதுதான் இந்தியக் குடிமக்கள் என்ற முறையில் இந்திய அரசிடம் தமிழக மக்களும் தமிழக மீனவர்களும் எதிர்பார்ப்பது.

•

தமிழக மீனவர்களின் பிரச்னைகளைத் தீர்க்கவேண்டும் என்று கோரி எத்தனைக் கடிதங்கள். எத்தனைக் கோரிக்கைகள். எத்தனைப் போராட்டங்கள். போதாக்குறைக்கு, அறுநூறுக்கும் மேற்பட்ட தமிழக மீனவர்கள் கொல்லப்பட்டுள்ளனர். ஆனாலும் இந்திய அரசு இதுவரை அசைந்துகொடுக்கவில்லை. ஆகவே, அதனை அசைத்துப் பார்க்க வேண்டிய நிலைமை உருவாகிவிட்டது.

2014 ஆம் ஆண்டுக்கான நாடாளுமன்றத் தேர்தல் நெருங்கிக் கொண்டிருக்கிறது. தமிழ்நாட்டில் இருக்கும் பிரதான அரசியல் கட்சி களில் ஏதோவொன்று விரைவில் அமையவிருக்கும் மத்திய அரசைத் தீர்மானிக்கும் சக்தியாக இருக்கும் என்பதில் எந்தச் சந்தேகமும் இல்லை. அப்போது அந்தக் கட்சிகள் தங்களுக்குத் தேவையான எண்ணிக்கையில் அமைச்சர் பதவிகளை வாங்கிக்கொள்ளட்டும்; தாங்கள் விரும்பும் இலாகாக்களைப் பெற்றுக்கொள்ளட்டும். கூடுதலாக, இன்னொரு காரியத்தையும் செய்துகொடுக்கவேண்டும்.

கச்சத்தீவு விவகாரத்தில் தமிழக மீனவர்களின் துயரங்களைத் துடைக்கும் வகையில் உருப்படியான தீர்வை எடுப்போம் என்ற உத்தரவாதத்தைப் பெற்றுக்கொண்டு, சம்பந்தப்பட்ட கட்சி ஆட்சி அமைப்பதற்கு ஆதரவு தரவேண்டும். அதன்பிறகே அமைச்சரவையில் இடம்பெற வேண்டும். புதிய கூட்டணி அரசின் குறைந்தபட்ச செயல்திட்டத்தில் கச்சத்தீவு விவகாரத்தையும் சேர்த்துக்கொள்ளவேண்டும்.

பட்டியலில் பத்தோடு பதினொன்றாகச் சேர்த்துவிட்டு, அத்தோடு ஒதுங்கி விடாமல், கச்சத்தீவு விவகாரத்தைத் தீர்க்கவேண்டும் என்று மத்திய அரசுக்குத் தொடர்ந்து நெருக்கடி கொடுத்து, காரியத்தைச் சாதிக்க வேண்டும். விரைவில் தேர்ந்தெடுக்கப்பட இருக்கும் மக்களவை உறுப்பினர்கள் தமிழக மீனவர்களுக்குச் செய்யவேண்டிய கடமை இதுமட்டும்தான்!

•

பின்னிணைப்புகள்

1. கச்சத்தீவு : ஒரு காலவரிசை

1685 சேதுநாட்டின் ஆளுகையின்கீழ் கச்சத்தீவு வந்தது.

1795 பிரிட்டிஷாரின் ஆளுகையின்கீழ் சேதுநாடு வந்தது.

1803 ராமநாதபுரம் ஜமீன் உருவானது.

1822 கச்சத்தீவைக் குத்தகைக்கு எடுத்தது பிரிட்டிஷ் அரசு.

1880 முகமது அப்துல் காதர் மரைக்காயர், முத்துசாமி பிள்ளை இருவரும் கச்சத்தீவைக் குத்தகைக்கு எடுத்தனர்.

1913 சென்னை மாகாண அரசு கச்சத்தீவைக் குத்தகைக்கு எடுத்தது.

1921 இந்திய, இலங்கை கடல் எல்லை தொடர்பான மாநாடு நடந்தது.

1947 பிரிட்டிஷாரிடம் இருந்து இந்தியா சுதந்தரம் பெற்றது.

1948 பிரிட்டிஷாரிடம் இருந்து இலங்கை சுதந்தரம் பெற்றது.

1969 கச்சத்தீவு தொடர்பாக இந்திரா காந்தி - டட்லி சேனநாயகே இடையே பேச்சுவார்த்தை நடந்தது.

1971 தமிழ்நாட்டில் இரண்டாவது முறையாக முதலமைச்சரானார் மு.கருணாநிதி.

1973 கச்சத்தீவு தொடர்பாக இந்திரா - சிறிமாவோ இடையே இலங்கையில் பேச்சுவார்த்தை நடந்தது.

1974 கச்சத்தீவு தொடர்பாக இந்திரா - சிறிமாவோ இடையே இந்தியாவில் பேச்சுவார்த்தை நடந்தது.

1974 ஜூன் 26, 28 தேதிகளில் இந்தியா - இலங்கை இடையே ஒப்பந்தம் கையெழுத்தானது; கச்சத்தீவு தாரை வார்க்கப்பட்டது.

ஜூலை 23 அன்று பாக் நீர்ச்சந்திப்பு தொடர்பான இந்திய, இலங்கை ஒப்பந்தம் இந்திய நாடாளுமன்றத்தில் தாக்கல் செய்யப்பட்டது.

1975 இந்தியாவில் நெருக்கடி நிலை அமல்படுத்தப்பட்டது.

1976 மன்னார் வளைகுடா, வங்காள விரிகுடா தொடர்பான இந்திய, இலங்கை ஒப்பந்தம் கையெழுத்தானது.

வாட்ஜ் பேங்க் பகுதியில் மீன் பிடிப்பது தொடர்பாக இந்தியா, இலங்கை இடையே சில புரிந்துணர்வுகள் எட்டப்பட்டன.

இந்திய, இலங்கை மீனவர்கள் தங்களுடைய பரஸ்பர எல்லைகளைக் கடந்து மீன்பிடிக்க அனுமதி இல்லை என்ற மிகப்பெரிய முடிவு இருதரப்புக் கடிதப்பரிவர்த்தனை ஒன்றின் மூலம் எடுக்கப்பட்டது.

| 1983 | இலங்கையில் தமிழர்களுக்கு எதிரான இனக்கலவரம் வெடித்தது. |

தமிழக மீனவர்கள் கச்சத்தீவுப் பகுதியில் மீன்பிடிக்கத் தடைவிதித்தது இந்திய அரசு.

தமிழக மீனவர் இலங்கை கடற்படை வீரர்களால் முதன்முறையாகச் சுட்டுக் கொல்லப்பட்டார்.

1991	கச்சத்தீவை மீட்போம் என்று சபதம் செய்தார் தமிழ்நாடு முதலமைச்சர் ஜெயலலிதா.
1997	கச்சத்தீவைத் திரும்பப்பெறுவது தொடர்பாக சென்னை உயர்நீதிமன்றத்தில் வழக்கு தொடர்ந்தார் திராவிடர் கழகப் பொதுச்செயலாளர் கி.வீரமணி.
2008	இந்தியா, இலங்கை இடையே 1974, 1976 ஆகிய ஆண்டுகளில் போடப்பட்ட ஒப்பந்தங்கள் செல்லாது என்று அறிவிக்கக்கோரி அதிமுக பொதுச்செயலாளர் ஜெயலலிதா உச்சநீதிமன்றத்தில் வழக்கு தொடர்ந்தார்.
2011	கச்சத்தீவு தொடர்பான வழக்கில் தமிழ்நாடு அரசின் வருவாய்த் துறை தன்னையும் ஒரு வாதியாகச் சேர்த்துக்கொண்டது.
2012	கச்சத்தீவு வழக்கை உடனடியாக விசாரணைக்கு எடுத்துக் கொள்ள வலியுறுத்தி முதலமைச்சர் ஜெயலலிதா சார்பில் உச்சநீதிமன்றத்தில் மனு போடப்பட்டுள்ளது.
2013	கச்சத்தீவைத் திரும்பப்பெற வலியுறுத்தி திமுக தலைவர் கருணாநிதி உச்சநீதிமன்றத்தில் வழக்கு தொடர்ந்தார்.

2. கச்சத்தீவு: வரைபட சாட்சியங்கள்

ஒப்பந்தங்கள் சொல்வது, கடிதங்கள் சொல்வது, பேச்சு வார்த்தைகள் சொல்வது, உணர்வுகள் சொல்வது எல்லாம் ஒருபக்கம் இருக்கட்டும். உண்மையில் வரைபடங்கள் என்ன சொல்கின்றன? உலக வரலாற்றிலும் அரசியலிலும் வரைபடங்களுக்கு முக்கியப் பங்கு உண்டு. வரைபடம் வரையும் பணியை வேள்வி போலச் செய்யக்கூடிய நிலவியல் வல்லுநர்கள் உலகம் தழுவிய அளவில் உருவாகியுள்ளனர்.

கச்சத்தீவு விவகாரத்தைப் பொறுத்தவரை இந்திய புவியியல் வல்லுநர்கள், நில அளவையாளர்கள் பலரும் வரைபடங்களை உருவாக்கியுள்ளனர். அவற்றில் எந்தவொரு வரைபடத்திலும் கச்சத்தீவு இலங்கையின் ஒரு பகுதியாகக் குறிப்பிடப்படவில்லை. மாறாக, அது இந்தியாவின் பகுதியாகவே குறிப்பிடப்பட்டுள்ளது.

இந்தியர்கள் என்பதால் வரைபடம் இந்தியாவுக்குச் சாதகமாகவே வரைபடம் வரைந்திருப்பார்கள் என்று சொல்லமுடியாது. ஏனென்றால், வெளிநாடுகளைச் சேர்ந்த பலரும் இந்திய, இலங்கை வரைபடங்களை வரைந்துள்ளனர்.

ஆராய்ச்சி நோக்கத்துடன் இந்தியா, இலங்கை போன்ற நாடுகளுக்கு நேரில் வந்து, சுற்றுப்பயணம் செய்து, எல்லைகளைப் பற்றிய ஆய்வுகளை மேற்கொண்டு, வரைபடங்களை உருவாக்கிக் கொடுத்துள்ளனர். அவற்றில் கச்சத்தீவு எந்த நாட்டுடன் இணைத்துக் காட்டப்பட்டுள்ளது என்பது கவனிக்கவேண்டிய ஒன்று.

ஆதிகாலத்துக் கற்பனைக் கணக்குகளை எல்லாம் கழித்துவிடலாம். நவீன காலத்தில் உருவான அறிவுப்பூர்வமான, ஆய்வு ரீதியிலான பதிவுகளை மட்டும் கணக்கில் எடுத்துக்கொள்ளலாம். நாடு பிடிக்கும் காரியத்தில் ஹாலந்து மும்முரமாக ஈடுபட்ட ஆண்டுகளுள் முக்கியமானது 1619. இலங்கைப் பகுதிகளைக் கொஞ்சம் கொஞ்சமாக தங்களுடைய கட்டுப்பாட்டுக்குள் கொண்டுவந்த

ஹாலந்துப் படையினர் பத்தொன்பது வருட முயற்சிகளுக்குப் பிறகு 1638ல் நினைத்ததைச் சாதித்து முடித்தனர். ஒட்டுமொத்த இலங்கையும் ஹாலந்துப்படையின் கட்டுப்பாட்டுக்குள் வந்துவிட்டது. இது நமக்கு முக்கியமில்லை. அதன்பிறகு ஒருவர் இலங்கையின் வரைபடத்தை உருவாக்கும் பணியைத் தொடங்கியதுதான் இங்கே கவனிக்க வேண்டிய விஷயம்.

கிழக்கிந்தியக் கம்பெனியின் கப்பல் கேப்டனாக இருந்தவர் ராபர்ட் நாக்ஸ். இலங்கையின் சரியான வரைபடத்தை உருவாக்கும் முயற்சியில் ஈடுபட்ட ராபர்ட் நாக்ஸ் பலத்த ஆராய்ச்சிக்கும் உழைப்புக்கும் பிறகு இலங்கையின் வரைபடத்தை உருவாக்கினார். அந்தப் படத்தில் கச்சத்தீவு என்ற பெயரில் எந்தவொரு தீவும் குறிப்பிடப்படவில்லை.

வெறுமனே வரைபடத்துடன் நிறுத்திக்கொள்ளாமல் 'இலங்கைத் தீவின் வரலாற்றுத் தொடர்பு' என்ற புத்தகத்தையும் ராபர்ட் நாக்ஸ் எழுதினார். அந்தப் புத்தகம் 1681ல் வெளியானது. அதிலும் கச்சத்தீவு இலங்கைக்குச் சொந்தமானது என்ற எந்தக் குறிப்பும் இடம்பெறவில்லை.

அதன்பிறகு சே.கு. பெரான் என்பவர் 1790ல் இலங்கை வரைபடம் ஒன்றை வரைந்துகொடுத்தார். அந்த வரைபடத்தில் யாழ்ப்பாணத்துக்கும் இந்தியாவுக்கும் இடையே இலங்கைக் கடற்கரையை ஒட்டி ஐந்து தீவுகள் குறிப்பிடப்பட்டுள்ளன. கச்சத்தீவு என்ற பெயரில் எந்தத் தீவும் அதில் இடம்பெறவில்லை.

கிழக்கிந்தியக் கம்பெனியின் அதிரடி நடவடிக்கைகள் மூலமாக இலங்கை பிரிட்டிஷாரின் கட்டுப்பாட்டுக்குள் வந்துவிட்ட பிறகு 1 ஜனவரி 1803 அன்று இலங்கையின் அதிகாரப்பூர்வ வரைபடம் ஒன்று வெளியானது. அதை உருவாக்கியவர் ஆரோ ஸ்மித். பிரபல வரைபட நிபுணர். நிலவியல் ஆய்வாளர். அவர் உருவாக்கிய இலங்கை வரைபடத்திலும் கச்சத்தீவு இடம்பெறவில்லை.

ஆதாரங்களின் பட்டியல் இத்துடன் முடிந்துவிடவில்லை. சர் ஜேம்ஸ் எமர்சன் டென்னெண்ட் என்ற புவியியல் அறிஞர் இலங்கையின் வரைபடத்தை உருவாக்கினார். An Account of the Island, Physical, Historical and Topographical with note of its Natural History Antiquities and Productions. இதுதான் வரைபடத்துக்கு ஜேம்ஸ் எமர்சன் கொடுத்துள்ள பெயர். அதில் இலங்கையில் அட்ச ரேகை, தீர்க்கரேகை அளவுகளைத் துல்லியமாகக் குறிப்பிட்டுள்ளார். இந்த அளவுகளின்படி பார்த்தால் கச்சத்தீவு இலங்கை எல்லைக்குள் வராது.

3. கச்சத்தீவு : மூல ஆவணங்கள்

DELIMITATION OF THE CULF OF MANAAR AND PALK STRAIT.

Copy of the letter from C.W.E. Cotton Esq., CYE, ICS, dated the 25th October, 1921.

I have the honour to submit herewith a copy of the report of the delegates of the Governments of Madras and Ceylon on the delimitation of palk strait, and the Culf of Mannar which was signed this morning. The delegation met at Council Chamber, Ceylon, at 2.30 p.m. yesterday, and, after a little preliminary fencing, the Hon'ble Mr. Horsburgh on behalf of the Ceylon delegation proposed for our consideration that the delimitation should follow the median line, subject to an incursion beyond that line so as to include the islet of Kachchativu and three miles to the westward, Mr. Horsburgh maintained that this islet belongs to Ceylon and quoted from correspondence with the Government of India in which possession was definitely claimed, and it was to be inferred, acquiesced in. We were entirely unprepared for this and had received no instructions in. We were entirely unprepared for this and had received no instructions either to contest or admit such a claim. For all we know, the Madras Government of the Government of India are in possession of documentary evidence which conclusively rebuts Mr. Horsburgh's contentions. Mr. Leach informed the meeting that the Rajah of Ramnad asserts that Kachchativu is within his Zamindari, that it forms part of the original area on which posihoush was calculated, that it had been leased to the father of the present lessee by a ormer Setupati and that he is receiving rent therefore, but Mr. Horsburgh retorted that if the territorial claim, of the Ceylon Government to this islet was disputed by us, the conference must dissolve. It may be recalled that at the preliminary meeting held at Fort St. George the line proposed to be adopted by us ran only about a mile to the eastward of Kachchativu which indicated that its neighbourhood was not considered of any importance from a fisheries point of view and having again obtained assurances from Mr. Hornell on this point, we unanimously decided that the delimitation of the new jurisdictions for fishing purposes could be decided independently of the question of territoriality.

The delimitation line was accordingly fixed, with our concurrence 3 miles west of Kachchativu and the Ceylon representatives thereupon agreed to a more orderly alignment south of the island that they had originally proposed, so that important chank beds in that area should fall entirely with in the Madras sphere of influence. The line where it crosses Adam's

Bridge was fixed exactly half way between Dhanushkoti and Talaimannar, an arrangement agreeable to both parties in view of the contingency that the cost of a bridge along this natural causeway is likely to be appointed according to such division. The remainder of the line was accepted without discussion and a draft report was then prepared and agreed to. To this report, it will be seen that we have added a rider, so as not to prejudice and territorial claim which the Government of Madras or the government of India may wish to prefer in respect of this islet of Kachchativu, but I am to explain that we consider that even if such a claim should be pressed and prevail, there is no necessity, so far as the valuable pearl and chank fisheries are concerned for any consequential modification being demanded of the delimitation line which the Conference has unanimously approved. We are inclined to regard the Ceylo claim to this islet as sentimental rather that practical, and consider that the advantage gained elsewhere more than compensate the Government of Madras for the loss of any fishing rights in its immediate neighbourhood, The other members of the delegation have seen and concur in this report.

PROCEEDING OF THE DEPARTMENT OF COMMERCE

Proceeding of meeting held in the Council Chamber, Colombo, on 25th October 1921.

PRESENT

C.W.E. Cotton Esq., C.I.E.,I.C.S.,M.LC	* Represented the
Captain Finnis C.B.E., F.I.M.,	* Government of
J. Hornell, Esq,	* Madras
A.G. Leach, Esq., I.C.S,	
The Hon'ble	* Represented the
Mr. B.Horsburgh, C.N.G., V.D.	* Government of
B. Constantine, Esq., C.C.S.	* Ceylon.
W.C.S. Inglies Esq.,	*
Dr. J. Pearson, D.sc.	*

After some discussion, it was unanimously agreed that the line of delimitation of Palk's Strait and the Gulf of Mannar between the Government of India and the Government of Ceylon should run as follows:

Starting from a point in Palk's Strait.

A. Long. 80° 3'E.
   Lat. 10° 5'N.
   to a Ponint B.
B. Long 79° 35'E.
   Lat. 9° 57'N.
   to a point. C.
C. Long. 79° 21'E.

	Lat.	9° 38'N.
	to a Ponint D.	
D.	Long.	79° 32'E.
	Lat.	9° 13'N.
	to a Ponint E.	
E.	Long.	79° 32'E.
	Lat.	9° 6'N.

On Adam's Bridge, and hence in the Gulf of Manaar by a line due S.W. true from

Long. 79° 32'E.
Lat.   9°6'N.

to the parallel of Lat. S.N.

C.W.E. COTTON	* Representing the
G.H. FINNIS	* Government of
JAMES HORNELL	* Madras.
A.G. LEACH	*
B. HORSBURGH	* Representing the
B. CONSTANTINE	* Government of
W.C.S. INOLES	* Ceylon.
DR. J. PEARSON	*

The above is signed by us, representative of the Government of Madras, without prejudice to any territorial claim which may be made by the Government of India to the island of Kachchativu.

C.W.E. COTTON
G.H. FINNIS
JAMES HORNELL
A.G. LEACH

Colombo, 25th October 1921.

1974 ஆம் ஆண்டு கையெழுத்தான இந்திய - இலங்கை ஒப்பந்தம்

Agreement between Sri Lanka and India on the Boundary in Historic Waters between the two Countries and Related Matters 26 and 28 June 1974

The Government of the Republic of Sri Lanka and the Government of the Republic of India,

Desiring to determine the boundary line in the historic waters between Sri Lanka and India and to settle the related matters in a manner which is fair and equitable to both sides,

Having examined the entire question from all angles and taken into account the historical and other evidence and legal aspects thereof, Have agreed as follows:

Article 1

The boundary between Sri Lanka and India in the waters from Palk Strait to Adam's Bridge shall be arcs of Great Circles between the following positions, in the sequence given below, defined by latitude and longitude:

Position 1:	10° 05'	North, 80° 03'	East
Position 2:	09° 57'	North, 79° 35'	East
Position 3:	09° 40.15'	North, 79° 22.60'	East
Position 4:	09° 21.80'	North, 79° 30.70'	East
Position 5:	09° 13'	North, 79° 32'	East
Position 6:	09° 06'	North, 79° 32'	East

Article 2

The co-ordinates of the positions specified in Article 1 are geographical co-ordinates and the straight lines connecting them are indicated in the chart annexed hereto which has been signed by the surveyors authorized by the two Governments, respectively.

Article 3

The actual location of the aforementioned positions at sea and on the sea-bed shall be determined by a method to be mutually agreed upon by the surveyors authorized for the purpose by the two Governments, respectively.

Article 4

Each country shall have sovereignity and exclusive jurisdiction and control over the waters, the islands, the continental shelf and the subsoil thereof, falling on its own side of the aforesaid boundary.

Article 5

Subject to the foregoing, Indian fishermen and pilgrims will enjoy access to visit Kachchativu as hitherto, and will not be required by Sri Lanka to obtain travel documents or visas for these purposes.

Article 6

The vessels of Sri Lanka and India will enjoy in each other's waters such rights as they have traditionally enjoyed therein.

Article 7

If any single geological petroleum or natural gas structure or field, or any single geological structure or field of any other mineral deposit, including sand or gravel, extends across the boundary referred to in Article 1 and the part of such structure or field which is situated on one side of the boundary is exploited, in whole or in part, from the other side of the boundary, the two countries shall seek to reach agreement as to the manner in which the structure or field shall be most effectively exploited and the manner in which the proceeds deriving therefrom shall be apportioned.

Article 8

This Agreement shall be subject to ratification. It shall enter into force on the date of exchange of the instruments of ratification which will take place as soon as possible.

Colombo, 26th June, 1974. New Delhi, 28 June, 1974.

AGREEMENT1 BETWEEN THE GOVERNMENT OF INDIA AND THE GOVERNMENT OF THE REPUBLIC OF SRI LANKA ON THE MARITIME BOUNDARY IN THE GULF OF MANAAR AND THE BAY OF BENGAL

New Delhi, 23 March 1976

The Government of the Republic of INDIA

AND

The Government of the Republic of SRI LANKA,

RECALLING that the boundary in the Palk Strait has been settled by the Agreement 2 between the Republic of India and the Republic of Sri Lanka on the Boundary in Historic Waters between the Two Countries and Related Matters, signed on 26/28 June, 1974, AND DESIRING to extend that boundary by determining the maritime boundary between the two countries in the Gulf of Manaar and the Bay of Bengal, HAVE AGREED as follows :

Article I

The Maritime Boundary between India and Sri Lanka in the Gulf of Manaar shall be arcs of Great Circles between the following positions, in the sequence given below, defined by latitude and longitude :

Position 1 m :	09'06'.0 N,	79' 32'.0 E
Position 2 m :	09'00'.0 N,	79' 31'.3 E
Position 3 m :	0g053'.8 N,	79' 29'.3 E
Position 4 m :	08'40'.0 N,	79' 18'.2 E
Position 5 m :	08'37'.2 N,	79' 13'.0 E
Position 6 m :	08' 3lr.2 N,	79' 04'.7 E
Position 7 m :	08' 22'.2 N,	78' 55'.4 E
Position 8 m :	08' 12'.2 N,	78' 53'.7 E
Position 9 m :	07' 35'.3 N,	78' 45'.7 E
Position 10 m :	07' 2lr.0 N,	78' 38'.8 E
Position 11 m :	06' 30'3 N,	78' 12'.2 E
Position 12 m :	05' 53'.9 N,	77' 50j.7 E
Position 13 m :	05' 00r.0 N,	?7' 10r.6 E

The extension of the boundary beyond position 13 m will be done subsequently.

Article II

The maritime boundary between India and Sri Lanka in the Bay of Bengal shall be arcs of Great circles between the following positions, in the sequence given below, defined by latitude and longitude :

Position 1 b :	10' 05'.0 N,	80' 03'.0 E
Position 1 ba :	10' 05'.8 N,	80' 05'.0 E
Position 1 bb :	10' 08'.4 N,	80' 09'.5 E
Position 2 b :	10' 33'.0 N,	80' 46'.0 E
Position 3 b :	10' 41f.7 N,	81' 02'.5 E
Position 4 b :	11' 02'.7 N,	81' 56'.0 E

Position 5 b : 11' 16'.0 N, 82' 24'.4 E
Position 6 b : 1.1' 26'.6 N, 83' 22'.0 E

Article III

The coordinates of the positions specified in Articles I and II are geographical coordinates and the straight lines connecting them are indicated in the chart annexed hereto, which has been signed by the surveyors duly authorised by the two Governments respectively.

Article IV

The actual location at sea and on the seabed of the positions specified in Articles I and II shall be determined by a method to be mutually agreed upon by the surveyors authorised for the purpose by the two Governments, respectively.

Article V

(1) Each Party shall have sovereignty over the historic waters and territorial sea, as well as over the islands, falling on its side of the aforesaid boundary.

(2) Each Party shall have sovereign rights and exclusive jurisdiction over the continental shelf and the exclusive economic zone as well as their resources, whether living or non-living, falling on its side of the aforesaid boundary.

(3) Each Party shall respect rights. of navigation through its territorial sea and exclusive economic zone in accordance with its laws and regulations and the rules of international law.

Article VI

If any single geological petroleum or natural gas structure or field, or any single geological structure or field of any mineral deposit, including sand or gravel, extends across the boundary referred to in Articles I and II and the part of such structure or field which is situated on one side of the boundary is exploited, in whole or in part, from the other side of the boundary, the two countries shall seek to reach agreement as to the manner in which the structure or field shall be most effectively exploited and the manner in which proceeds deriving therefrom shall be apportioned.

Article VII

The Agreement shall be subject to ratification. It shall enter into force on the date of exchange of instruments of ratification which shall take place as soon as possible.

Sd/ KEWAL SINGH
For the Government of the
Republic of India
NEW DELHI : 23 March 1976

Sd/ W.T. JAYASINGHE
For the Government of the
Republic of Sri Lanka
Sri Lanka Boundary 23 Mar. 1976

Letter from Kewal Singh, Foreign Secretary to the Government of India to W.T.Jyasinghe, Secretary in the Ministry of Defence and Foreign Affairs, Government of Sri Lanka dated March 23, 1976.

Ministgry of External Affairs,
New Delhi.
23rd March, 1976.

Excellency,

An Agreement has been concluded between India and Sri Lanka of Maritime Boundary between the two countries in the Gulf of Manaar and the Bay of Bengal and Related Matters which was signed on 23 March 1976. Our two Governments have also exchanged views on the substance of our proposed maritime legislation. With the establishment of the exclusive economic zones by the two countries, India and Sri Lanka will exercise sovereign rights over the living and non – living and non – living resources of their respective zone. The fishing vessels and fishermen of India shall not engage in fishing in the historic waters, the territorial sea and the exclusive economic zone of Sri Lanka nor shall the fishing vessels and fishermen of Sri Lanka engage in fishing in the historic waters, the territorial sea and the exclusive economic zone of India, without the express permission of Sri Lanka or India, as the case may be. In this connection, the following understanding has been reached between our two Governments in respects of fishing in the Wadge Bank:

1. The Wadge Bank which is located near Cape Comorin the general description and outline of which is given in the enclosed note and chart, lies within the exclusive economic zone of india and India shall have sovereign rights over the area and its resources.

2. The fishing vessels of Sri Lanka and persons on board these vessels shall not engage in fishing in the Wadge Bank. However, at the request of the Government of Sri Lanka and as a gesture of goodwill, the Government of India agrees that Sri Lanka fishing vessels duly licensed by the Government of India agrees that Sri Lanka fishing in the Wadge Bank for a period of three years from the date of establishment by India of its exclusive economic Zone. It is agreed that the number of Sri Lanka fishing vessels shall not exceed six, and their fish catch in the Wadge Bank whall not exceed two thousand tones, in any one year. At the expiry of this period, Sri Lanka vessels shall cease to fish in the Wadge Bank.

3. The fishing by Sri Lanka vessels in the Wadge Bank shall be subject to the terms and conditions, including the fees to be charged, specified by the Government of India and to inspection and control by the Indian authorities. The Sri Lanka fishing vessels shall comply with these terms and conditions.

4. If the Government of India decides to explore the wadge Bank of petroleum and other mineral resources during the period mentioned in sub-paragraph (2), The Government of India shall notify to the

Government of Sri Lanka the zones reserved for such exploration and the date of commencement of exploration. Sri Lanka fishing vessels shall terminate fishing activity, if any, in these zones with effect from the date of commencement of exploration.

5. The facility allowed to the Sri Lanka fishing vessels and persons on board those vessels is restricted to the fishing vessels owned by the Government of Sri Lanka or by a Sri Lanka company or its nationals. This facility shall not be transferable to any other stated or its vessels or nationals.

6. At the request of the Government of Sri Lanka, the Government of India agree to provide annually to Sri Lanka two thousand tones of fish of the quality and species and at the price to be mutually agreed upon between the two governments, for a period of five years with effect from the date of cessation of fishing activity by Sri Lanka vessels in the Wadge bank as stipulated in sub – para (2).

7. The Government of India agrees to make available to the Government of Sri Lanka, upon terms and conditions to be agreed upon between the two Governments, technical assistance for the development of Sri Lanka's fisheries arising from the diversion of Sri Lanka's fishing vessels from the Wadge Bank.

I shall be grateful if you kindly confirm that the above sets out correctly the understanding reached between our two Governments. On receipt of your letter confirming this understanding, the understanding embodied in this letter shall constitute an Agreement between our two Governments.

Accept, Excellency, the assurances of my highest consideration.

Sd/- Kewal Singh
Foreign Secretary to the Government of India
His Excellency
Mr. W.T. Jayasinghe,
Secretary in the Ministry of Defence and Foreign Aaffirs,
Government of Sri Lanka,

Source: Anne Nirmala Vijayalakshmi Chandrahasan, "The Application to Sri Lanka of the Emerging New Regime of the Law of the Sea, in relation to the delimitation of Sri Lanka's Maritime Boundaries, and jurisdiction over sea Zones, and areas of the Seabed" (Unpublished Ph.D. Dissertation Faculty of Law, University of Colombo, 1983), Annex II C.

4. ஆய்வுக்கு உதவிய நூல்கள்

Kachchativu and Maritime Boundary of Srilanka
       W.T. Jayasinghe
       Stamford Lake Publications

Kachchativu and the Problems of Indian Fishermen in the Palk Bay Region
       Prof. V. Suryanarayan
       T.R Publications

Kachchativu: Issues and Chellenges
       S. Manivasakan
       Centre for South and Southeast Asian Studies

வரலாற்றில் கச்சத்தீவு
       சிங்காரவேலன்
       உணர்ச்சிக்கவிஞர் பதிப்பகம்

கச்சத்தீவு: அன்றும் இன்றும்
       பேராசிரியர் ஏ. சூசை ஆனந்தன்
       நடமாடும் துவிச்சக்கரவண்டி -
       மீன்வணிகர் மன்றம்

தமிழன் இழந்த மண்
       பழ. நெடுமாறன்
       தமிழ்க்குலம் பதிப்பாலயம்